मानवी जीवनाचे तत्व

तृप्ती महेश पाटील

BookMyStory®

मानवी जीवनाचे तत्व

Trupti Mahesh Patil

Published in 2026

© Published by

BookMyStory®

It's time you tell your story

BookMyStory
Thane, 400615, India
www.bookmystorypublishing.com
info@bookmystorypublishing.com

ISBN: 978-93-49509-51-1 **[Paperback]**

अनुक्रमणिका

प्रस्तावना

मी लेखिका तृप्ती पाटील. मला लेखनाची अत्यंत आवड आहे. एखादी गोष्ट समोर दिसली की तिच्यावर लेखन करावे, ही माझी अंतःप्रेरणा आहे. लोकांना विविध विषयांचे, विशेषतः आध्यात्मिक ज्ञान मिळावे, अशी माझी प्रामाणिक इच्छा आहे. त्याचबरोबर जीवनात येणाऱ्या अडचणींवर मार्गदर्शन मिळावे, आध्यात्मिक उपाय व तोडगे समजावेत, जेणेकरून त्या उपायांचा योग्य वापर करून जीवनातील समस्या सुटू शकतील—हा या पुस्तकामागील मुख्य उद्देश आहे.या पुस्तकामध्ये लक्ष्मीप्राप्ती कशी करावी, मनोधैर्य नष्ट झाल्यावर कोणती साधना करावी, साधनेचे महत्त्व काय आहे, माणसाने आपले आचरण कसे ठेवावे—अशा अनेक विषयांवरील मौल्यवान आध्यात्मिक ज्ञान दिले आहे. जीवनात कोणतीही समस्या उद्भवत असेल, तर तिचे निवारणही या पुस्तकात मार्गदर्शनाच्या स्वरूपात दिलेले आहे.आध्यात्मिक प्रगती कशी साधायची, जीवनातील संकटांना सामोरे कसे जायचे, ईश्वरी ज्ञान कसे प्राप्त करायचे—या सर्व प्रश्नांचे निराकरण या पुस्तकामध्ये करण्यात आले आहे. आजपर्यंत ईश्वरी कृपेने २२ पुस्तके लिहिली असली, तरी हे पुस्तक वेगळे आहे; कारण यात जीवनतत्त्वज्ञान आणि जीवनात येणाऱ्या विविध समस्यांवर उपाय कसे करावेत, याचे सविस्तर मार्गदर्शन केले आहे.हे पुस्तक लिहिण्याचे सामर्थ्य मला माझ्या सद्गुरू कल्की महाराजांची कृपा, स्वामी दत्त अवधूत महाराजांची कृपा आणि सद्गुरू सखाराम महाराज (इंदोर) यांची कृपा यांमुळेच प्राप्त झाले आहे.शेवटी, ईश्वरच खरा कर्ता-करविता आहे. तोच आपल्याला निमित्त करून आपल्या हातून कार्य करवून घेतो. त्या भव्य-दिव्य परमेश्वराला

माझा साष्टांग नमस्कार आहे. ईश्वराने माझ्याकडून हे पुस्तक लिहून घेतले, यासाठी मी त्याची मनापासून ऋणी आहे.

मनुष्य हा चार शक्तींच्या आधीन असतो वाईट शक्ती, अर्धदेवता, देवता आणि परमेश्वर या शक्तींच्या आधीन असतो

वाईट शक्तीच्या अधीन असलेला मनुष्य नेहमी वाईट कर्म करतो. त्याला चांगलं कर्म करण्याची बुद्धी सुचत नाही. दुसऱ्यांना वाईट बोलणं, दुसऱ्यांचा संसार तोडण, व्याभिचार करणं, दारू जुगार चरस गांजा ह्यात गुंतने,बलात्कार मारामाऱ्या करणं, खूण करने, अर्ध नग्न शरीर लोकांना दाखवने, अश्लील video करणे त्या मार्फत पैसा कमविणे, समाजात विकृती निर्माण करणे या लोकांजवळ पैसा खूप असतो. पण त्या पैशाने ते लोकं मौज मस्ती करतात.परोपकार दान धर्म करणं, ईश्वर भक्ती करणं हे या लोकांना सुचत नाही आणि या लोकांचा पैसा हा वाम मार्गातून कमावलेला पैसा असतो.

अर्धदेवतेच्या आधीन असलेली माणसं हे खूप प्रेमळ परोपकार निस्वार्थी स्वभावाची असतात. प्रेमाने वागणे,परोपकार करणे, सद्गुणांची जोपासना करणे आणि आपल्या जीवनातून दुर्गुण कसा घालवायचा या गोष्टीचा विचार करणे. लोकांशी प्रेमाने वागणे आणि आपली आध्यात्मिक प्रगती कशी होणार याकडे लक्ष देणे अशी ही माणसं असतात.ह्यांना दुसर्यांना मदत करायला फार आवडते.

देवता प्रांतातील लोकही संत, परोपकारी, समाज प्रबोधनकारी,सद्गुनी,निस्वार्थ वृत्तीची माणसे असतात. आनंदी माणसे दयाळू माणसे असतात. साधना करणारी असतात.यांचा जीव पूर्णपणे ईश्वरांमध्ये अडकून असतो. ईश्वराची भक्ती एके भक्ती याशिवाय ते कसलाही विचार करत नाही. लोकांचं कसं चांगलं होईल. प्रत्येक आत्म्यामध्ये ईश्वर तत्व पाहणं या लोकांना चांगलं जमतं. कोणाचं वाईट

चिंतन करत नाही. यांची भाषा कडवट असते पण मनामध्ये दयाभाव ओत प्रोत भरलेला असतो. हे लोकं ईश्वराची पूर्णपणे कनेक्ट असतात. परमेश्वर प्रांतातील अधीन असलेले लोक योगी, महायोगी,सिद्ध महात्मे असतात.

हिमालयातले जे महायोगी योगी तपस्या करणारे,हिमालयातील साधू गुप्तरित्या राहतात. हे जन्म मृत्यूच्या अधीन नसतात. ते देह टाकतात आपला. पण आत्मरूपाने ते वेगवेगळ्या ठिकाणी तपस्या करत असतात आणि त्यात आपल्यातील जी दैविक ऊर्जा आहे शक्ती आहे ती शक्ती सज्जन माणसापर्यंत पोहोचवतात. पूर्ण ब्रम्हांड आधीन ठेवण्याचे काम हे महायोगी करत असतात. ह्यांच्या under मध्ये सर्व देव देवता असतात. अशा चार अवस्थेमध्ये मनुष्य हा आपले जीवन जगत असतो.

पहिल्या अवस्थेमधल्या मनुष्याला मोक्षाचा मार्ग केव्हाच मिळत नाही.पण अनेक वर्ष नरक यातना किंवा वेगवेगळ्या योनीत त्यांना जन्म घ्यावा लागतो. बाकीचे तीन प्रांतातील लोकांना मुक्तीचा मार्ग मिळतोच पण स्वर्गलोक सुद्धा मृत्यूनंतर भेटतो.

मनुष्य जसे कर्म करतो तसं त्याला फळ मिळते

मनुष्याला हे शरीर आत्म्याच्या उद्धारासाठी मिळालेल असते.पण मनुष्य हा देहाच्या मोहात इतका अडकून जातो की आपल्या शरीरामध्ये एक आत्मा आहे आणि त्या आत्म्याला एक शरीर आवरण आहे हेच तो विसरतो. मनुष्य जेव्हा वाईट चांगलं कर्म करतो.तेव्हा त्या सर्व कर्माची फळ त्या मनुष्याच्या आत्म्याला भोगावे लागतात.

शरीर थकते मरून जाते. पण चांगल्या वाईट कर्माची फळ हे जेव्हा तो आत्मा दुसरे शरीर धारण करतो तेव्हा त्या दुसऱ्या शरीराला दुःख भोगावे लागतात. म्हणजेच मागच्या जन्मीचे फळ हें पुढच्या जन्मी भोगावे लागतात.मग आपण म्हणतो ना मी या जन्मात काहीच वाईट कर्म केलं नाही. तरी माझ्या वाटेला का दुःख आहे. कारण ते तुमच्या मागच्या जन्माचे कर्म आहे आणि ते तुम्हाला या जन्मात भोगायचं आहे.जेव्हा मनुष्य खूप चांगलं कर्म करतो तेव्हा त्याच्या वाटेला खूप दुःख येतात.

कारण की त्याच्या मागच्या जन्माचे कर्म असतं. जेव्हा मनुष्य मध्यम चांगलं कर्म करतो. त्यावेळेला त्याच्या वाटेला इतकं दुःख येत नाही. त्याला अध्यात्माचा मार्ग मिळत नाही.पण जेव्हा मनुष्य खूप वाईट कर्म करतो तेव्हा त्याच्या वाटेला दुःख तर येतच नाही. सुख असतं. पण ते जे त्याला सुख मिळतं ते सुख त्याच्या मागच्या जन्माचे कर्मफळ असतं आणि ते सुख देऊन त्या वाईट कर्म करणाऱ्या जीवाला नरकाची यात्रा मृत्यूनंतर मिळते. म्हणजे अनंत काळापासून अनंत काळापर्यंत तो आत्मा नरक यातना भोगत असतो.

म्हणून मनुष्याने कर्म उत्तम केलं पाहिजे. जसं वकिलाने व्यवस्थित न्याय दिला पाहिजे. डॉक्टरांनी गोरगरिबांची सेवा केली पाहिजे. शिक्षकांनी मुलांना चांगले संस्कार देऊन त्यांना घडवलं पाहिजे. राजकारणी लोकांनी जनतेच्या मूलभूत गरजा पुरवून जनेतेकडे लक्ष दिले पाहिजे.आई-वडिलांनी आपल्या मुलांना योग्य संस्कार देऊन त्यांचे उत्तम पालन पोषण केले पाहिजे.

पतीने पत्नी शिवाय दुसरा विचार करू नये आणि पत्नीने आपल्या पती शिवाय दुसऱ्या पुरुषाचा विचार करू नये. दोघांनीही आपले धर्म कर्तव्य पाळावे. मुलांनी आपल्या आई-वडिलांचा मान राखणे ही सर्व चांगल्या कर्मामध्ये कर्म मोडतात. अशी कर्मच मनुष्याने केली म्हणजे धर्मशास्त्रानुसार मनुष्याने कर्म आपली केली तर मनुष्याच्या आत्म्याचा उद्धार होतो. परोपकार दान धर्म ईश्वर भक्ती करीत राहणाऱ्या मनुष्याला या लोकी व परलोकी सुद्धा म्हणजेच मृत्युलोकी व मृत्यूनंतर देखील त्याला सुख प्राप्त होते. म्हणजे त्याच्या आत्म्याचा उद्धार होतो.म्हणून प्रत्येकाने चांगलं कर्म करत राहून आपल्या आत्म्याचा उद्धार करावा.पन लोक mobile ची भक्ती करत वेळ घालवितात परोपकार न करता कुठे वाईट घडतं असेल तिथे mobile ने video काढत बसतात तर दानधर्म न करता अश्लील video करून समाजात लोक विकृती निर्माण करतात मग अश्या लोकांचा उद्धार कसा होणार. म्हणून चांगले कर्मं करा जेणेकरून ईश्वराजवळ मृत्यू नंतर गेल्यावर वर मान करता येईल .

६४ योगिनींची साधना : कोणी करावी, कोणी करू नये?

६४ योगिनी या दुर्गा मातेच्या शक्तीस्वरूप रूपे मानली जातात. पुराणकथांनुसार, युद्धाच्या वेळी दुर्गा मातेने ६४ योगिनींची रूपे धारण केली होती. 'योगिनी' म्हणजे योगसाधनेतील अत्युच्च अवस्था प्राप्त केलेली शक्ती.

जे साधक ध्यानधारणा करतात, 'सोऽहम' साधना करतात आणि आध्यात्मिक मार्गावर स्थिर आहेत, अशा साधकांनी ६४ योगिनींची साधना केली तर त्यात हरकत नाही. ही साधना तंत्रशक्तीशी संबंधित असल्यामुळे, ती केल्यानंतर दुर्गा मातेची दैवी शक्ती साधकाला प्राप्त होते. ही दैवी ऊर्जा मनुष्याच्या आध्यात्मिक प्रगतीस मोठ्या प्रमाणात सहाय्यक ठरते.

या शक्तीच्या माध्यमातून साधक आपल्या जीवनातील अनेक दुःख दूर करू शकतो. जो साधक ६४ योगिनींची साधना करतो, त्याच्या जीवनात या योगिनी कोणत्याही प्रकारचा त्रास होऊ देत नाहीत. त्या साधकाला सुख, शांती, समाधान तसेच आर्थिक समृद्धी प्राप्त करून देतात. या साधनेमुळे साधकाची आध्यात्मिक अवस्था उच्च कोटीची होते.

परंतु अत्यंत महत्त्वाची गोष्ट म्हणजे, ही साधना साध्या किंवा अस्थिर मनाच्या व्यक्तीने करू नये. जे कट्टर दुर्गा भक्त आहेत, तसेच कालिकामातेचे निष्ठावंत भक्त आहेत, त्यांनाच ही साधना करणे योग्य ठरते. कारण या साधनेतून प्राप्त होणारी दैवी ऊर्जा अत्यंत तीव्र असते. ती ऊर्जा साधकाला सहन झाली नाही, तर त्याच्या जीवनात अनेक विघ्ने

निर्माण होऊ शकतात आणि काही प्रसंगी साधक मानसिक अस्थैर्यालाही सामोरे जाऊ शकतो.

म्हणूनच ही **साधना फक्त गुरूंच्या अनुमतीनेच करावी**. सद्गुरूंची कृपा आणि गुरुदीक्षा असल्याशिवाय ही साधना करू नये. ६४ योगिनी या दुर्गादेवीच्या शक्तिपीठांचे स्वरूप मानल्या जातात आणि ही शक्तिपीठे साधकाला अलौकिक दैवी शक्ती प्रदान करतात. ६४ योगिनींची साधना करणाऱ्या साधकावर तंत्रविद्या, काळी जादू किंवा नकारात्मक शक्तींचा परिणाम होत नाही. कोणीही त्या साधकाला फसवू शकत नाही किंवा त्याचे वाईट करू शकत नाही. अशा साधकाची आध्यात्मिक ऊर्जा अत्यंत प्रबळ असते. ही साधना दुर्गा मातेच्या ईश्वरी दैवी शक्तीची एक महान सिद्धी आहे.

ही साधना करायची असल्यास प्रथम गुरूकडून दीक्षा घ्यावी आणि गुरूंची स्पष्ट अनुमती घ्यावी. ज्यांना ही साधना करायची आहे, त्यांनी योग्य मार्गदर्शनाखालीच ६४ योगिनींची साधना करावी. या योगिनी साधकाला सर्व भौतिक सुखे देतात तसेच मोक्षाचा मार्गही दाखवतात.

६४ योगिनींची स्वामिनी दुर्गामाता असल्यामुळे, ही साधना करण्यापूर्वी दुर्गा मातेला प्रसन्न करणे अत्यावश्यक आहे. त्यानंतर सद्गुरूंची दीक्षा घेऊनच ही साधना करावी. या ६४ योगिनी साधकाला विविध प्रकारच्या सिद्धी आणि दैवी शक्ती प्रदान करतात, ज्या अत्यंत प्रभावी आणि शक्तिशाली असतात.

ज्यांना गुरु नाही त्यांनी कोणती साधना करावी?

ज्या लोकांना गुरु नाही, पण मनापासून साधना करण्याची तीव्र इच्छा आहे, त्यांनी प्रथम विष्णुसहस्रनामावलीचे एकूण पाचशे पाठ करावेत. ही साधना साधारणतः दोन ते अडीच वर्षे नियमितपणे करावी. त्याचबरोबर तुम्हाला जे दैवत प्रिय आहे—जसे की दुर्गामाता, दत्तगुरू, श्रीराम प्रभू, विठ्ठल—त्या दैवताचे स्तोत्र दररोज पाच वेळा म्हणावे. विष्णुसहस्रनामावलीमधील दररोज एक मंत्र निवडून त्यावर एक माळ जप करावा. अशी साधना सातत्याने दोन ते अडीच वर्षे केल्यास, या कालावधीत तुम्हाला सर्व देवतांचा आशीर्वाद प्राप्त होतो, तुमचे प्रारब्ध शुद्ध होते, मनातील विचारांचा कल्लोळ कमी होतो, मन शांत व स्थिर होते आणि आध्यात्मिक प्रगती हळूहळू सुरू होते.

ही साधना करत असताना वर्षातून एकदा गुरुचरित्र किंवा दुर्गा सप्तशतीचे पारायण करावे. त्यामुळे ईश्वराची दैविक शक्ती आपल्याला प्राप्त होते. ज्यांना गुरु नाही, त्यांना गुरूंचे दर्शन त्वरित घडत नाही; परंतु प्रारब्ध शुद्ध होणे, मनातील वाईट विचार दूर जाणे—हे लाभ विष्णुसहस्रनामावलीच्या साधनेमुळे निश्चितच मिळतात.

गुरु हे एका क्षणात मिळत नाहीत. गुरु मिळण्यासाठीही आपल्याला साधना करावी लागते. आपल्या अनेक जन्मांचे कर्मभोग व प्रारब्ध जेव्हा शुद्ध होते, तेव्हाच सद्गुरूंची प्राप्ती होते. असे गुरु आपल्याला योग्य मार्गदर्शन करतात, गुरुमंत्र देतात आणि आपली आध्यात्मिक प्रगती घडवून आणतात.

परंतु ही संपूर्ण प्रक्रिया घडण्यासाठी आपण ईश्वरासाठी आपल्या वेळेतून थोडा तरी वेळ देणे अत्यावश्यक आहे. तेव्हाच गुरूंची भेट घडते आणि आध्यात्मिक उन्नती होते. जर विष्णुसहस्रनामावली म्हणणे जमत नसेल, तर किमान कोणत्याही सात्त्विक देवतेचे स्तोत्र दररोज पाच वेळा म्हणावे. असे एक हजार पाठ पूर्ण झाल्यानंतर ईश्वर तुम्हाला निश्चितच चांगल्या गुरूंची भेट घडवून देतो. तेही शक्य नसेल, तर विष्णुसहस्रनामावलीमधील एका मंत्राचा दररोज तीन माळ जप करावा—याचाही फार मोठा लाभ होतो. आणि तेही जमत नसेल, तर

"श्रीराम जय राम जय जय राम" किंवा **"राम कृष्ण हरी"** या उघड्या मंत्राचा अखंड जप करत राहावा. त्याचाही निश्चितच फायदा होतो. तथापि, चांगल्या गुरूंची भेट लवकर घडत नाही—त्यासाठी प्रयत्न, संयम आणि कधी कधी कष्ट व त्रास सहन करावा लागतोच.

साधना किंवा उपासना करताना मनात वाईट विचार येतात आणि साधना सोडून द्यावी असे वाटते

साधना करताना, माळ जपताना किंवा उपासना करताना आपल्या मनात अनेकदा वाईट विचार येतात. असे का होते? कारण आपले प्रारब्ध अशुद्ध असते.

प्रारब्ध अशुद्ध म्हणजे काय? आपण मागील जन्मांमध्ये जी वाईट कर्मे केलेली असतात, त्या कर्मांचे भोग या जन्मात आपल्याला भोगावे लागतात. त्या भोगांमुळे आपले प्रारब्ध अशुद्ध बनते. पण जेव्हा आपण देवाची भक्ती, साधना, उपासना करतो, तेव्हा हेच प्रारब्ध हळूहळू शुद्ध होत जाते. माणूस अनेक जन्मांपासून वेगवेगळ्या प्रकारची वाईट कर्मे करत आलेला असतो. त्या कर्मांची एक शृंखला तयार झालेली असते, जी मनुष्याच्या प्रारब्धात साठलेली असते. जेव्हा आपण एखादा ग्रंथ वाचतो, माळ जपतो किंवा साधनेला बसतो, तेव्हा ती साठवलेली कर्मे आपल्यासमोर उलगडू लागतात.

त्यावेळी कधी घाणेरडे विचार मनात येतात, कधी एखाद्याचा खून करत असल्याची दृश्ये दिसतात, कधी शिवीगाळ, तर कधी लैंगिक विचार मनात येतात. इतके वाईट विचार येतात की "आता ही साधना इथेच सोडून द्यावी" असे वाटू लागते.एक गोष्ट लक्षात ठेवा—वाईट विचार येतात म्हणून जर तुम्ही साधना सोडून दिली, तर तुमच्याकडून साधना कधीच होणार नाही.मग करायचे काय? साधनेला बसल्यानंतर आपल्या आराध्य दैवताची एक माळ जपायची आणि त्या देवतेला मनापासून विनंती करायची—

"माझ्या मनात येणाऱ्या वाईट विचारांकडे माझे मन लागून देऊ नका. मला शांतपणे साधना करू द्या."

साधना करताना वाईट विचार आले तर त्यांच्याकडे दुर्लक्ष करा. ते जितके यायचे असतील तितके येऊ द्या, पण त्यांना महत्त्व देऊ नका. जोपर्यंत तुमचे प्रारब्ध शुद्ध होत नाही, तोपर्यंत हे विचार येतच राहणार. आत्मा जोपर्यंत अशुद्ध आहे, तोपर्यंत अशी दृश्ये डोळ्यांसमोर येणारच—याला पर्याय नाही.

म्हणून घाबरून साधना सोडून देणे हे अतिशय चुकीचे आहे. वाईट विचार दिसतात याचा अर्थ तुमचा आत्मा प्रारब्धाच्या भोगांनी जखडलेला आहे. त्या आत्म्याला शुद्ध करण्यासाठी आणि कर्मभोग कमी करण्यासाठी साधना, उपासना आणि मंत्रजप हाच एकमेव उपाय आहे.

पहिले तीन–चार महिने हा त्रास सहन करावाच लागतो. त्यानंतर हळूहळू डोळ्यांसमोर सोनेरी प्रकाश दिसायला सुरुवात होते. सोनेरी प्रकाश दिसणे म्हणजे आत्मशुद्धीकरणाला सुरुवात झालेली असते. पुढे निळा प्रकाश दिसू लागतो. निळा प्रकाश दिसणे म्हणजे आत्मा पूर्णपणे शुद्ध झालेला असतो. ग्रंथ वाचताना जर ग्रंथातील चित्रे न दिसता वाईट विचार मनात घोळत असतील, तर ग्रंथातील कथा डोळ्यांसमोर आणण्याचा जास्तीत जास्त प्रयत्न करा आणि वाचन सुरू ठेवा. माळ जपताना विविध देवतांचे फोटो डोळ्यासमोर ठेवा आणि माळ जपत राहा. ध्यानाला बसल्यानंतर संत ज्ञानेश्वर महाराज, संत तुकाराम महाराज, संत एकनाथ महाराज, संत जनाबाई, संत नामदेव महाराज—यांपैकी एखाद्या संतांचा चेहरा डोळ्यांसमोर धरून ध्यान करा. त्यामुळे मन स्थिर राहील, विचलित होणार नाही आणि साधनेचा कंटाळा येणार नाही. ध्यानात जी दृश्ये दिसतात, ती तुमच्या कर्मांचा

लेखाजोखा असतो. कोणत्या जन्मात ते कर्म केले आहे हे सांगणे कठीण आहे. पण त्या दृश्यांमधून आपण शिकले पाहिजे— असे कर्म पुन्हा करायचे नाही, त्या कर्मांपासून सावध आणि अलिप्त राहायचे आहे.

अशी साधना केल्यास प्रारब्धाच्या भोगांनी बरबटलेला आत्मा पूर्णपणे शुद्ध होतो आणि त्यानंतर ईश्वराचे सुंदर अनुभव यायला सुरुवात होते. मनात वाईट विचार येतात म्हणून साधना करायची नाही—हा विचार सोडून द्या. वेळ आणि काळ फार महत्त्वाचा आहे. तो परत मिळत नाही.

साधना व उपासना यांतील फरक

उपासना म्हणजे देवाच्या सान्निध्यात राहणे. ग्रंथवाचन, नामस्मरण, माळ जप, स्तोत्रपठण ही सर्व उपासनेची रूपे आहेत. उपासनेद्वारे मन शुद्ध होते, संस्कार घडतात आणि भक्तीची बीजे रुजतात.

साधना म्हणजे साधनांच्या माध्यमातून ईश्वरप्राप्तीचा प्रयत्न करणे. साधनेमध्ये ध्यान व धारणा यांचा समावेश होतो. ध्यानधारणेमध्ये साधक व ईश्वर यांचे भेद नष्ट होतात. आत्मा आणि परमात्मा यांचे एकरूप होणे ही ध्यानाची सर्वोच्च अवस्था आहे.

ग्रंथवाचन, स्तोत्रपठण, नामस्मरण, माळ जप ही उपासना झाली; तर त्राटक साधना, मंत्रजप साधना, शक्ती साधना, चक्र साधना या ध्यानप्रधान साधना आहेत. ध्यान लागण्यासाठी प्रथम उपासना आवश्यक आहे. उपासनेशिवाय ध्यानधारणेपर्यंत पोहोचणे शक्य नाही, कारण मन एकाग्र होण्यासाठी प्रारब्ध व अंतःकरण शुद्ध असणे अत्यंत गरजेचे आहे.

ईश्वरप्राप्तीसाठी ध्यानधारणेशिवाय दुसरा मार्ग नाही. नामस्मरण करतानाही मन एकाग्र नसेल, तर ते नाम फक्त ओठांपुरते मर्यादित राहते. मन संसारात गुंतलेले असेल, तर देवापर्यंत पोहोचणे शक्य नाही.

उपासनेत मन भरकटते; ध्यानधारणेत मन पूर्णपणे ईश्वराशी एकरूप होते. चार दिवसांच्या उपासनेचे पुण्य जेवढे, तेवढे पुण्य एका

दिवसाच्या शुद्ध ध्यानधारणेतून मिळते. जे साधक ध्यानात पूर्णपणे तल्लीन होतात, त्यांना दैवी मार्गदर्शन, मंत्र व ज्ञान प्राप्त होते. ऋषी, मुनी, सिद्ध साधक हे ध्यानधारणेद्वारेच ईश्वराशी एकरूप झाले. ध्यानामुळे साधकाच्या व्यक्तिमत्त्वात दिव्य तेज प्रकट होते. मात्र, ही उच्च कोटीची साधना करण्यासाठी संतकृपा, सद्गुरू कृपा, पितृआशीर्वाद आवश्यक असतात. म्हणून ध्यानाचा पहिला मार्ग म्हणजे उपासना. उपासना शुद्ध करा—आपोआप ध्यान लागेल.

आपला मागचा जन्म जाणून घेण्यासाठी साधना

प्रत्येकाला आपल्या पूर्वजन्माविषयी जाणून घेण्याची उत्सुकता असते. जर आपल्याला आपला मागचा जन्म समजला, तर आपल्याला आपल्या कर्मांचे स्वरूपही कळू शकते. कर्म समजले, तर त्यात सुधारणा करून भविष्य उज्वल करता येते.

ही एक ध्यानप्रधान साधना आहे. मोबाईलवर १० मिनिटांचा टायमर लावा. डोळे बंद करून **"ॐ आत्माय नमः"** हा मंत्र ओठ न हलवता अंतर्मनात जपायचा.

जर अंधार दिसला तर प्रारब्ध अजून शुद्ध होत आहे असे समजावे. पिवळा प्रकाश दिसला तर प्रारब्ध शुद्ध होऊ लागले आहे. निळा प्रकाश दिसला तर आत्मा शुद्ध झालेला आहे. मंत्रजप करताना अंतर्मुख व्हायचा प्रयत्न करा. एक प्रकाश किंवा बिंदू दिसेल. त्या बिंदूवर लक्ष केंद्रित करून मंत्रजप सुरू ठेवा. किती दिवसांनी अनुभव येईल हे सांगता येत नाही. अनुभव येईपर्यंत साधना चालू ठेवा. अनुभव आल्यानंतर ते अनुभव वहीत लिहून ठेवा. ही साधना केवळ आत्मचिंतनासाठी आहे.ह्या साधनेने तुम्हाला तुमचा मागचा जन्म कळु शकतो.ज्यांचा विश्वास नाही त्यांनी कृपया ही साधना करू नये.

मनी नाही भाव, देव मला पाव
देव बाजारचा भाजीपाला नाही

भक्ती करताना मनातील भाव उत्कट असणे अत्यंत आवश्यक आहे. भावाशिवाय केलेली भक्ती ईश्वरापर्यंत पोहोचत नाही. अनेकजण देवळात येतात, पण त्यांचे लक्ष देवाकडे नसून लोकांकडे असते—कोण काय बोलते, कोण काय घालते याकडे. ग्रंथ वाचले जातात, नामस्मरण होते; पण मन संसारात अडकलेले असते. उपवास केले जातात, पण घरात द्वेष, राग, अपमान केला जातो. बाहेर भक्ती आणि आत अहंकार—अशी भक्ती निरर्थक ठरते. फक्त उपवास, वारी, कीर्तन यालाच भक्ती समजणे चुकीचे आहे. भक्ती म्हणजे अहंकाराचा त्याग, मनातील विकारांचा नाश आणि निष्काम भाव.

दुःखात देव आठवतो, सुखात विसरला जातो—ही भक्ती नाही. काम झाले की श्रेय स्वतःकडे घेणेही अज्ञानाचे लक्षण आहे. खरे तर सर्व काही ईश्वरकृपेनेच घडते.

जोपर्यंत मनुष्य आपल्या विकारांचा त्याग करत नाही, तोपर्यंत तो खरा भक्त होऊ शकत नाही. देवाकडे काहीही अपेक्षा न ठेवता केलेली भक्तीच खरी भक्ती आहे.

देव बाजारातला भाजीपाला नाही—वापरा आणि फेका असा. देव आपली संपत्ती आहे, आपला आत्मा आहे. भक्ती, दान, धर्म, परोपकार हीच ईश्वराची खरी रूपे आहेत.

देव हा प्रेमाचा, मायेचा भुकेला आहे. प्रेमाने, प्रामाणिकपणे भक्ती करा. तुमच्या भक्तीचे प्रदर्शन करू नका. देव आनंद आहे, परमानंद आहे—तो अनुभव तुमच्या जीवनात उतरवा. मग पहा जीवन कसे सुंदर होईल.

मनापासून भक्ती करा. देवाशी लबाडी करू नका

कलियुगात देव भेटतो का? देवाचे दर्शन घडते का? होय, देवाचे दर्शन घडते

अर्जुनाला श्रीकृष्णभगवंतांनी विश्वरूप दर्शन दिले. अर्जुनाला दिव्यदृष्टी प्रदान करून श्रीकृष्णांनी आपले विश्वरूप प्रकट केले. भक्ती जर उच्च कोटीची असेल, तर ईश्वराला भक्ताला दर्शन द्यावेच लागते. संत जनाबाईंसाठी शेण थापले, जात्यावर दळण दळले; संत कबीरांसाठी शेला विणला; संत एकनाथ महाराजांच्या घरी तब्बल चौदा वर्षे ईश्वराने श्रीखंड्या म्हणून सेवा केली. मग आपल्यासारख्या भक्ताला ईश्वराचे दर्शन का होऊ शकत नाही?

दर्शनासाठी प्रथम विरक्ती आवश्यक आहे. संसाराच्या मोहपाशातून पूर्णतः बाहेर पडले पाहिजे. मनातील आसक्ती, आकांक्षा नष्ट झाल्या पाहिजेत. पाप-पुण्याची शिदोरीसुद्धा संपली पाहिजे. तेव्हाच ईश्वरदर्शन शक्य होते.

ईश्वरदर्शनासाठी ध्यानधारणा अत्यंत महत्त्वाची आहे. ध्यानातून आत्मा शुद्ध होतो. आत्मा शुद्ध झाल्यावर विरक्ती प्राप्त होते. त्यानंतर आत्म्याभोवती सूर्यासारखी तेजस्वी किरणे दिसू लागतात. हीच ईश्वराची दिव्यदृष्टी असते. ही दिव्यशक्ती ध्यानधारणेमुळेच प्राप्त होते.

दिव्यदृष्टी मिळाल्यानंतर ईश्वर आपल्या शरीरात वास्तव करतो. त्यानंतर संत, ऋषी-मुनी यांची भेट घडते आणि त्यांच्या मार्गदर्शनाखाली साधना होते. पुढे ईश्वर साक्षात दर्शन देतो.

दर्शनाची प्रक्रिया क्रमाक्रमाने होते प्रथम ईश्वराचे अस्तित्व जाणवते, मग पाऊलखुणा दिसतात, नंतर हात-पाय,आणि अखेरीस पूर्ण दर्शन होते. ही अवस्था प्राप्त होण्यासाठी संसारातील आसक्ती त्यागावी लागते. **"देव माझा आणि मी देवाचा"** ही अवस्था निर्माण झाली पाहिजे. जोपर्यंत दिव्यदृष्टी प्राप्त होत नाही, तोपर्यंत साक्षात दर्शन घडत नाही.

प्रत्येक माणसात आत्मरूपाने ईश्वर वास करतोच. परंतु ज्या आराध्य दैवताची आपण भक्ती करतो, त्या भक्तीची अवस्था उच्च झाली की ते दैवत आपल्या देहात स्थानापन्न होते आणि साक्षात दर्शन देते.

ईश्वरदर्शन सोपे नाही. ईश्वराच्या परीक्षा अत्यंत कठीण व भयानक असतात. त्या परीक्षा पार करण्यासाठी सद्गुरुकृपा व संतकृपा अत्यावश्यक आहे. जीवनातील दुःखे आनंदाने स्वीकारली, की साधक परीक्षेत सफल होतो आणि ईश्वर प्रसन्न होतो.

कलियुगात ईश्वरदर्शन होत नाही असे म्हणतात; कारण माणूस माया-मोहात अडकलेला आहे. जो या प्रपंचातून विरक्त राहतो, त्यालाच ईश्वराचे साक्षात दर्शन घडू शकते.

ध्यानावस्थेत ईश्वर आपल्याशी संवाद साधतो—हेच ईश्वराचे पहिले दर्शन. पुढे पाऊलखुणा व रूपदर्शन, आणि अखेरीस साक्षात दर्शन होते. यासाठी मन शुद्ध व भक्ती उच्चतम असणे आवश्यक आहे.

नवरात्रीमध्ये कोणती साधना व उपासना करावी?

नवरात्री म्हणजे शक्तीची उपासना—कुलदेवतेची उपासना, सेवा व भक्ती. दुर्गादेवी ही ईश्वरशक्तीचे साकार रूप आहे. तिची साधना केल्याने साधकाला दैवी शक्ती प्राप्त होते आणि आध्यात्मिक प्रगती होते.

नवरात्रीत कुलदेवतेची उपासना करावी.

"ॐ कुलदेवताय नमः" हा मंत्र जपावा.

नऊ दिवस अखंड **"ॐ दुर्गाय नमः"** नामस्मरण करावे. दुर्गा सप्तशती हा देवीचा अत्यंत प्रिय ग्रंथ आहे. नवरात्रीत या ग्रंथाचे वाचन केल्यास देवीची कृपा प्राप्त होते. देवीला प्रेम, भक्ती व नामस्मरण प्रिय आहे.

दररोज किमान एकदा आरती करावी. गोडधोड नैवेद्य अर्पण करावा—पुरणपोळी, खीर, पुरी, काळ्या चण्याची भाजी देवीला प्रिय आहे. देवी महालक्ष्मी, महासरस्वती व महाकाली या रूपांत वास करते. कोणत्याही रूपाची साधना करता येते.

नऊ साड्या नेसणे हा सांस्कृतिक भाग आहे; अध्यात्मिक बंधन नाही. कोणतीही साडी चालेल. देवीला पिवळा, लाल, हिरवा व जांभळा रंग प्रिय आहे.

"ॐ ऐं ह्रीं क्लीं चामुण्डायै विच्चे" हा मंत्र जप बसूनच करावा. उपवास करताना कोणाचे मन दुखावू नये, निंदा-नालस्ती करू नये. पत्नी, सून, सासू व सर्व स्त्रियांशी सन्मानाने वागावे—कारण प्रत्येक स्त्री देवीस्वरूप आहे.

ध्यानधारणेने दैवी शक्ती वाढते. उत्सवाच्या नावाखाली अशोभनीय वर्तन टाळावे. पुरुषांनी व्यसनांपासून दूर राहावे व स्त्रीला मान-सन्मान द्यावा. कडक उपवासाऐवजी आरोग्य जपून उपवास करावा. देवीला भक्ती, प्रेम व ध्यान प्रिय आहे. दुर्गा स्तोत्र, दुर्गा सहस्रनाम, देवी सहस्रनाम वाचावे. गरिब स्त्रीला भोजन घालावे, साडीची ओटी भरावी—तिचा आशीर्वाद म्हणजेच देवीचा आशीर्वाद. देवी कृपाळू आहे; पण वाईट कर्मांना दंडही देते.

कुंटणखान्यातील एका वेश्येची व्यथाकथा

कमी कपडे घालून लाईक-कमेंटसाठी तडफडणाऱ्या महिलांनी ही कथा नक्की वाचावी

माझी एक मैत्रीण पत्रकार आहे. ती एका कुंटणखान्यात गेलेली होती. अत्यंत धाडसाने तिने तिथल्या एका महिलेशी संवाद साधला आणि तिची संपूर्ण माहिती घेतली. त्या महिलेची कथा अंगावर शहारे आणणारी आहे.

२००८ साली तिच्या स्वतःच्या नवऱ्याने तिला मुंबईतील कुंटणखान्यात विकले. ती दिसायला अतिशय सुंदर होती. त्या वेळी तिला फक्त पन्नास हजार रुपयांत विकण्यात आले. सुरुवातीचे आठ दिवस तिला अन्न दिले गेले नाही. ती उपाशी होती; चोरी-लपून काहीतरी खाऊन आपला जीव वाचवत होती. अखेरीस तिला तो व्यवसाय करणे भाग पडले.

कुंटणखान्यात एका ग्राहकामागे पाचशे रुपये घेतले जात, पण त्या महिलेला त्यातील केवळ पन्नास रुपये दिले जात. कुंटणखान्यातील मालकीण फक्त दोन वेळचे जेवण व राहण्याची जागा देत असे; स्वतःसाठी पैसा साठवण्याचा कोणताही हक्क या महिलांना नव्हता. आज त्या महिलेला एचआयव्ही-एड्स झाला आहे. ती अंथरुणाला खिळलेली आहे. तिच्या आयुष्यातील एक घटना अत्यंत हृदयद्रावक होती. एकदा तिच्या बाळाला प्रचंड भूक लागली होती. पण तिला ग्राहक सांभाळावा लागला. बाळ रडत-रडत थकून झोपले, असे तिला वाटले. नंतर लक्षात आले की ते बाळ मृत झाले होते.

कोरोनाच्या काळात तिचे दुसरे बाळ आजारी पडले. उपचारासाठी तिच्याकडे पैसे नव्हते. कोणीही मदतीला आले नाही. शेवटी ते बाळही कोरोनामुळे मृत्युमुखी पडले.

आज ती सुमारे ४८ वर्षांची आहे. अत्यंत भयानक परिस्थितीत ती दिवस काढत आहे. अनेक वेळा ग्राहक नसल्यामुळे उपाशी राहावे लागते. कोरोनाच्या काळात तिची अवस्था फारच विदारक झाली होती—हातात पैसा नव्हता, खायला अन्न नव्हते. ती म्हणते, "या बाजारात बायकांच्या चामडीला किंमत असते. जी बाई गोरी-पान असेल, तिचा दर जास्त; जी काळी-सावळी असेल, तिचा दर कमी." ती सुंदर असल्यामुळे तिच्यावर तिच्या मालकीणीने खूप पैसा कमावला. पण त्या बदल्यात तिला कुठेही फिरण्याचे स्वातंत्र्य नव्हते—चार भिंतींत राहून फक्त ग्राहक सांभाळणे, एवढेच तिचे आयुष्य होते.

पोलीस धाडी पडल्या होत्या. तिने सुटण्याचा प्रयत्न केला, पण ती सुटू शकली नाही. आज ती एका भयानक आजाराशी झुंज देत आहे. माझ्या मैत्रिणीने तिचा फोटो दाखवला तेव्हा तिची अवस्था पाहून मन हेलावून गेले. आम्ही दोघींनी मिळून तिला मदत करण्याचा निर्णय घेतला आहे.

या लेखाच्या माध्यमातून मला सर्व महिलांना एकच सांगायचे आहे—नवरा असून, संसार असूनही काही महिला परपुरुषांकडे वळतात. छोटे-छोटे कपडे घालून, सोशल मीडियावर लाईक-कमेंटसाठी स्वतःच्या संसाराचा नाश करतात. चाळे करून स्वतःच्या नावाला कलंक लावतात.

त्या महिलेनं किती दुःख सोसलं आहे! ती कुंटणखान्यातील बाई मजबुरीने हा व्यवसाय करत आहे. तिच्याकडे ना स्वातंत्र्य आहे, ना भविष्य, ना भूतकाळ. फक्त चार भिंती आणि नरकयातना—हेच तिचं जीवन.

मग विचार करा—कुंटणखान्यातील ती महिला चांगली की लाईक-कमेंटसाठी अर्धनग्न फोटो टाकणाऱ्या स्त्रिया चांगल्या? हा प्रश्न प्रत्येकाने स्वतःला विचारावा. शेवटी ती महिला म्हणाली, "मलाही संसार करायचा होता. नवऱ्याला मनापासून प्रेम द्यायचं होतं. मुलांना चांगले संस्कार देऊन मोठं करायचं होतं. पण एका नवऱ्याच्या चुकीमुळे माझी सर्व स्वप्नं उद्ध्वस्त झाली."

लाईक-कमेंट्स हे आपले जीवन नाही. आपले खरे जीवन म्हणजे आपला संसार, आपला नवरा आणि आपली मुले. छान लेख लिहा, साडीतील सुंदर फोटो टाका, पण त्यात अश्लीलता नसावी. समोरच्याने वासनेने नव्हे, तर आदराने पाहिले पाहिजे, असेच आपले आचरण ठेवा.

हा लेख टाकून मला लाईक-कमेंट्स नको आहेत; मला प्रबोधन करायचे आहे, जागृती करायची आहे—जेणेकरून समाजातील स्त्रियांना कळेल की कुंटणखान्यातील महिलांना किती भयानक यातना सहन कराव्या लागतात.

चांगले कर्म करा; चांगल्या कर्माचे फळ चांगलेच मिळते. वाईट कर्माचे फळ वाईटच मिळते—हा ईश्वराचा अढळ नियम आहे.

दुर्गा सप्तशती ग्रंथाचे महत्त्व व फायदे

दुर्गा सप्तशती हा ग्रंथ मार्कंडेय ऋषींनी रचलेला आहे. हा ग्रंथ देवी दुर्गेला अत्यंत प्रिय आहे, कारण यात देवीची स्तुती आहे. देवीला स्तुती फार प्रिय असते. हा ग्रंथ मोक्षदायी मानला जातो. शास्त्रानुसार हा ग्रंथ नवरात्री, अष्टमी, पौर्णिमा, चैत्र व शारदीय नवरात्रीत वाचण्याची परंपरा आहे. काही देवीभक्त रोजही वाचन करतात. या ग्रंथाच्या वाचनाने मनातील काम, क्रोध, लोभ, मोह, मत्सर व अहंकार हे दोष नष्ट होण्यास मदत होते.

दुर्गा सप्तशतीच्या वाचनाने जीवनातील संकटे दूर होतात, घरातील नकारात्मक शक्ती नष्ट होतात आणि मनुष्याला मोक्षमार्ग प्राप्त होतो, असे मानले जाते. नारायणी स्तुतीचे नियमित वाचन केल्याने आर्थिक अडचणी दूर होतात, असेही श्रद्धेने सांगितले जाते. हा ग्रंथ म्हणजे देवी आईचा आत्माच आहे, अशी भक्तांची श्रद्धा आहे. म्हणूनच दुर्गा सप्तशती हा ग्रंथ तेजस्वी, पवित्र आणि देवीभक्तांसाठी अत्यंत उपयुक्त मानला जातो.

मृत्यूनंतर माणसाची कशी अवस्था होते? गरुड पुराणानुसार सांगत आहे

जेव्हा मनुष्याचा मृत्यू जवळ येतो तेव्हा मनुष्य जवळ यम लोक असतो. यमाचे दूत असतात. चांगले कर्म करतात त्या लोकांचा आत्मा डोळे, कान, नाक,तोंड इथून बाहेर पडतो. त्या लोकांना काही त्रास नाही होत. पण जे लोक वाईट कर्म करतात. आयुष्यभर ज्यांनी वाईट कर्म केलेलं असतं.त्या लोकांची आत्मा मल मूत्र मार्गातून निघून जाते.मूत्र मार्गामध्ये ती आत्मा भयानक अवस्थेमध्ये अडकून राहते.कसा बसा त्या देहातून त्या आत्म्याची सुटका होते.त्यानंतर तो आत्मा आपल्या देहाला पाहतो. आजूबाजूला लोक रडत असतात आपल्या देहाला पाहून तो आत्मा रडत असतो. त्यानंतर तेरा दिवस झाल्यानंतर यम लोक त्याला घ्यायला येतात.

जेव्हा तो आत्मा घरातून निघतो तेराव्या दिवशी. त्या वेळेला यम दूत त्याला त्या घरात प्रवेश करून देत नाही. ज्या घरासाठी त्याने कष्ट केले असतात तेच घर त्याचे परके होते.तुझं त्या घराशी नातं संपलेल आहे असं त्याला सांगितलं जातं.जे लोक वाईट कर्म करतात, नेहमी खोटं बोलतात, व्याभिचार करतात, दुसऱ्यांना फसवतात, नग्न प्रदर्शन करतात, बलात्कार खून दरोडे लूट माऱ्या दुसऱ्यांचा संसार उध्वस्त करतात. खूप अशी पाप कर्म आहेत ते पाप कर्म लोक करतात. त्यांची मृत्यूनंतर भयानक अवस्था होते. त्यांना अन्नपाण्याविना ठेवलं जातं. त्या आत्म्याचा घसा सुकतो भूक लागते पण त्याला खायला काही नाही मिळत. कारण त्याने आयुष्यभर कुकर्मच केलेली असतात. त्यामुळे त्याला अशी भयानक शिक्षा देतात. जी लोकं समाजामध्ये विकृती

निर्माण करतात. अश्लीलपणा निर्माण करतात अशा लोकांना देखील यमदूत अशी शिक्षा देऊ शकतात. म्हणून सावध रहा.कारण ही लोकं समाजामध्ये लोक बिघडवण्याच संस्कृती बिघडविण्याची काम करतात. त्या आत्म्याला त्याच्या कर्मानुसार रौरव नरकात ठेवतात. एक मोठी कढई असते त्या कढईमध्ये तेलात तळून काढतात. उंदीर असतात ते उंदीर अंगावर त्यांच्या सोडतात. ते उंदीर अक्षरशः त्यांना रक्त बंबाळ करतात. एक लक्षात घ्या इथे आत्मा मरत नाही, मारला जात नाही, फक्त शरीराला जसं वेदना होतात त्याप्रमाणे त्या आत्म्याला वेदना दिल्या जातात. कडकडीत उन्हात उभं ठेवलं जातं. कडकडीत थंडीत उभं ठेवलं जातं.काटेरी झाडावरती झोपवलं जातं. खूप अशा यातना त्यांना सहन कराव्या लागतात. तर जी लोकं चांगले कर्म करतात त्यांना पुढचा जन्म मनुष्य मिळतो किंवा स्वर्गलोकी त्यांचे प्रस्थान होतं किंवा पितृ लोकात तरी ते जातात किंवा मुक्तीच्या मार्गाला तरी ते जातात. म्हणून कर्म आपलं चांगलं असलं पाहिजे

कोणतं कर्म केलं असता कोणती शिक्षा मिळते? नक्की वाचा शिवलीला मृत ह्या ग्रंथाच्या दुसऱ्या अध्यायात हें सर्व दिले आहे.

ब्राह्मण कुळात जो मनुष्य जन्मतो आणि जो आपले वेदशास्त्राचं अध्ययन करत नाही. सत्य बोलत नाही, संध्या करत नाही तो एक पापी असतो. जो वेद विक्रीय करतो ज्याला देवाचे भजन कीर्तन पूजन आवडत नाही. जो दान धर्म करत नाही. जो दुसऱ्यांच्या गुरूंची निंदा करतो. त्यांना अपशब्द बोलतो. शिव महादेव व श्रीविष्णू यांच्यामध्ये भेदभाव करतो. त्यांची निंदा करतो. दान देतो दान धर्म करतो पण सर्व जगाला ओरडून सांगतो की मी दान धर्म केलेला आहे.गुरुजनांची जो निंदा करतो. सज्जनांची निंदा करतो. शास्त्र ग्रंथांना जो नाव ठेवतो. वेगवेगळ्या मार्गाने भ्रष्टाचार करतो. आपल्या धर्माच जो पालन करत नाही. देवळात जातो पण हरिकथा चालू असताना विडा घेऊन बसतो. पान खातो तंबाखू खातो त्या मनुष्याला कोड हा आजार होतो.

जो मनुष्य देवळामध्ये स्त्री शी संभोग करतो. नवरा-बायकोमध्ये जो भांडण लावतो तो नपुसंक होतो. कोल्ह्याच्या योनीत जन्माला जातो. जो मनुष्य दुसऱ्यांची निंदा नालस्ती करतो. सतत सज्जनांवर टीका करतो, टोमणे मारतो, समोरच्याच चांगलं होत असेल तर ते पहावत नाही. तो मनुष्य कावळा किंवा चिमणीच्या रूपात जन्माला जातो. जो गुरु आपल्या विद्या शिष्याला सांगत नाही. तो पिंगळा पक्षी होतो.जो दुसऱ्यांच्या गाई म्हशी चोरतो दुसऱ्यांना फसवतो तो जन्माला येऊन देखील आईच्या पोटामध्ये एक ते नऊ महिन्यात मरतो. जे राजकारणी लोकं राजा भ्रष्टाचार करतात प्रजेला दुःख देतात ते सापाच्या किंवा

वाघाच्या योनीमध्ये जन्माला जातात. जे लोक साधू सज्जनांचा छळ करतात,साध्या निराधार माणसाचा छळ करतात ते पिशाच योनीत जन्माला जातात.ज्या स्त्रिया नवऱ्याला तृछ समजतात त्यांना प्रेम करत नाही परपुरुषाजवळ जातात, आपला चांगला नवरा असताना त्याचा द्वेष मस्तर करतात. घरात धन धान्याचा पुरवठा असून देखील रडत राहतात. ज्या स्त्रिया संसारांची आसक्ती ठेवून इतर स्त्रियांना त्रास देतात त्या वाघोळा किंवा कोल्हा च्या योनीत जन्माला येतात.

कोणते कर्म केले असता कोणता जन्म मिळतो? भाग दोन

ज्या स्त्रिया आपल्या नवऱ्याचा द्वेष मत्सर करतात. त्या वारंगाना होतात. वेश्या होतात.जो सेवक आपल्या गृह गुरूंचाद्वेष मत्सर करतो.तो कुत्रा जन्माला येतो. सेवकापासून सेवा जो घेतो त्याला पैसे देत नाही तो भिकारी होऊन दारोदार हिंडतो.जो माणूस स्त्री-पुरुषांचे गुज गोष्टी ऐकतो आणि तो लोकांना सांगतो. तो भिकारी होतो. जे काळी जादू तंत्र विद्या करतात,भूत पिच्छाच साधना करतात. ते पिशाच भूत योनीमध्ये जन्माला जातात.

जी बाई मासिक धर्मामध्ये सर्व वस्तूंना स्पर्श करते म्हणजे मासिक धर्म पाळत नाही.तिला पितृगणांचा आशीर्वाद मिळत नाही. जो मनुष्य दुसऱ्यांच्या घरातले अन्न चोरतो तो मनुष्य मांजर योनीत जन्माला जातो.जो आपल्या मातापित्यांची सेवा करत नाही त्यांच्याशी उद्धटपणे उलट सुलट पणे वागतो.जे सासू-सासरे सुनाना त्रास देतात आणि ज्या सुना सासू-सासर्यांना त्रास देतात त्या मांजर योनीत जन्माला जातात. मनुष्य जन्म मिळाला तरी त्यांना मुल बाळ होत नाही.जो मनुष्य देवालय उध्वस्त करतो.गुरूंची निंदा करतो दूराचार करतो वेगवेगळ्या दारू वगैरे वेगवेगळ्या व्यसनात राहतो.तो मनुष्य महापापी असतो.

जो मनुष्य युद्धामध्ये उतरल्यानंतर तिकडूनं घाबरून पळून जातो तो देखील महापापी असतो.जो वेदशास्त्रांची निंदा करतो,संत भक्ताचा द्वेष करतो,हरिहरमध्ये भेद करतो तो मनुष्य माकडाच्या योनीत जन्माला जातो. धनधान्य असून पण जी बाई आपल्या नवऱ्याला सतत कमी लेखत असते. परपुरुषाचा स्पर्श घेते ती बाई महापापी नी आहे.

मुलगा आणि सुना चांगल्या मार्गाला जर राहत असतील तरीही ते आई-वडील मुलाला आणि सुनेला छळत असतील तर ते महापापी होत.

भाऊ भाऊ वैऱ्या सारखी भांडन करतात ते माशाच्या योनीत जन्माला जातात.आपल्या गुरूंची उनिदुनी पाहतात ती लोक मासा होतात. त्या लोकांच्या संपत्तीचा नाश होतो.म्हणून गुरूंचा कधी द्वेष मत्सर करून मी गुरूपेक्षा खूप मोठा आहे असा अविर्भाव देखील आणू नका.

जो नवरा आपल्या पत्नीचा सांभाळ करत नाही. तिला कोणतेही सुख देत नाही,आपल्या पत्नीचा द्वेष मत्सर करतो.तिची रखवाली करत नाही. तो मनुष्य माकड किंवा डुक्कर होतो.जो मनुष्य कन्या विक्रीय करतो आपल्या कन्येबरोबर संबंध ठेवतो तो मनुष्य भयानक नरकात जातो.

कोणतं कर्म केले असता कोणता जन्म मिळतो? शिवलीलामृत ग्रंथातील दुसऱ्या अध्यायातील कथन भाग तीन

जो ब्राह्मण दारू विकतो दारू पितो म्हणजेच मद्य पितो तो ब्रह्मराक्षस होतो. जो उपकार करतो त्याला कोणी आठवत नाही त्याचे कृतज्ञ जो विसरतो तो किडी मुंगीच्या योनी जन्माला येतो. जो मनुष्य खोटी साक्ष देतो खऱ्याला खोटं समजतो नेहमी असत्य बोलतो तो मुतू नंतर नरकात जातो. जो मनुष्य दोन बायका करतो एकीला प्रेम देतो व दुसरीचा द्वेष मत्सर करतो, तो गोचीड होतो जो मनुष्य साधूंची निंदा करतो, साधूंचा द्वेष करतो त्याला कोड आजार होतो. जो मनुष्य ग्रहणामध्ये भोजन करतो त्याला पित्त रोग होतो. जे मनुष्य दुसऱ्यांची मुलं पळून नेऊन ती बाहेरगावी विकतात त्या मनुष्याला कुष्ठरोग होतो जी बाई गर्भपात करते तिला पुढच्या जन्मामध्ये वंध्यत्व येते म्हणजे तिला मूळ बाळ होत नाही. जो देवळे मोडतो तोडतो त्याला देखील कोड होतो जी स्त्री सात्विक आहे तिला जो पुरुष त्रास देतो छळतो तो खूप मोठा महापापी असतो.

गुरु संत माता पिता यांची जो अवहेलना करतो तो चांडाळ होतो. जो संतांशी वाद विवाद घालतो त्यांचा छळ करतो तो पण चांडाळ होतो. जो औदुंबर वृक्ष तोडतो किंवा झाडे तोडतो तो पांगळा जन्माला येतो. जे आई-वडील आपल्या मुलांना संस्कार देत नाही मुलांचे आती लाड करतात ते देखील महापापी असतात. जो देवाच्या कथा कीर्तन ऐकत नाही तो बहिरा जन्माला येतो. जो माता-पितांचा छळ करतो एका देवाची निंदा करतो दुसऱ्या देवाला भजतो तो पुत्र महापापी होय. जो मनुष्य गायीची कत्तल करतो त्याला भांडखोर बाई पत्नी म्हणून मिळते आणि

मूर्ख पुत्र त्याच्या पोटी जन्माला येतो. जी पतिव्रता आहे तिचा जो भोग घेतो त्याला भांडखोर स्त्री पत्नी म्हणून मिळते. सूर्यदेवतेसमोर उभे राहून जो लघुशंका करतो त्याला गुप्तरोग होतो. जो मनुष्य तीर्थयात्रेला जातो आणि तिथे लोकांचे द्रव्य वस्त्र चोरीमारी करतो तो मनुष्य नरकात पडतो.

जो संतांचा द्वेष करतो भक्ताचा द्वेष करतो भक्तांना कमी लेखतो तो देखील नरकात जातो. जो मनुष्य कन्या विक्रीय करतो गाय विक्री करतो तो मनुष्य मांजरच्या योनीत जन्माला येतो. जो मनुष्य दुसऱ्यांच्या मुलीकडे पत्नीकडे काम दृष्टीने पाहतो त्यांचा भोग घेतो तो देखील नरकात जातो. शिवलीलामृत ग्रंथामधील दुसरा अध्याय मधील कोण कसं कर्म केलं की फळ मिळतं ते संपूर्ण झालेला आहे.

भक्ती ही निष्काम भावनेने करावी

एकदा आद्य शंकराचार्यांना त्यांच्या वडिलांनी देवीसमोर दुधाचा नैवेद्य ठेवायला सांगितले. त्या वेळी शंकराचार्यांनी देवीची पहिल्यांदाच पूजा केली होती. देवी आईला नैवेद्य अर्पण केल्यानंतर देवीने तो नैवेद्य ग्रहण केला नाही, असे वाटल्याने शंकराचार्य आक्रोश करू लागले. **"देवी आई, तू ये आणि हे दूध पिऊन जा,"** असे ते कळवळून म्हणू लागले. परंतु देवी आई प्रकट झाली नाही. मग त्यांनी आपला आक्रोश आणखी वाढवला. अखेर देवी आई प्रकट झाली आणि तिने ते सर्व दूध प्यायले.

आईने दूध प्यायलेले पाहून शंकराचार्य म्हणाले, **"आई, तू मला ते दूध परत दे."** तेव्हा देवी आई पुन्हा प्रकट झाली आणि तिने आपल्या स्तनातून दूध काढून शंकराचार्यांना दिले. त्या वेळी आद्य शंकराचार्य केवळ पाच वर्षांचे होते, आणि त्यांनी ते दूध प्राशन केले. यातून आपल्याला हे शिकायला मिळते की भक्ती अशी निष्काम असली पाहिजे. भक्तीमध्ये देवाकडे काहीही मागू नये. न मागताच देव आपल्याला सर्व काही पुरवतो. देवाकडून फक्त देवच मागायचा—

"हे देवा, तू माझा आणि मी तुझा," असा भाव ठेवायचा. जर आपण मनापासून, श्रद्धेने भगवंताची भक्ती केली, तर परमेश्वर आपल्यावर तितकेच प्रेम करतो, आपल्याला पूर्णपणे सांभाळतो, आपली काळजी घेतो आणि जीवनात कधीही कमी पडू देत नाही. परंतु त्यासाठी आपल्या भक्तीतील भाव मोठा असला पाहिजे. भक्तीमध्ये ओढ असली पाहिजे, आस असली पाहिजे. जशी प्रियकराला

प्रेयसीची ओढ असते, तशीच भक्तीमध्ये देवाची ओढ लागली पाहिजे. देवाच्या उपासनेची, साधनेची तळमळ मनात निर्माण झाली पाहिजे. तेव्हाच ती भक्ती ईश्वरापर्यंत पोहोचते.

ईश्वराला प्रामाणिक भक्तीच प्रिय असते. दांभिक भक्ती केली तर ईश्वर त्याचे फळ देतो, पण त्यासोबत मिळणाऱ्या शिक्षेपासूनही तो मागे हटत नाही. म्हणूनच ईश्वराची भक्ती नेहमी प्रामाणिक आणि निष्काम भावनेने करावी.

ईश्वरी तेज चेहऱ्यावर कसे येते?

मनुष्य जेव्हा साधना करू लागतो, म्हणजेच ध्यान-धारणा करतो, तेव्हा त्या साधनेतून साधकाची अंतःशक्ती जागृत होऊ लागते. ध्यानाच्या प्रक्रियेत हळूहळू साधकाची चक्रे जागृत होत जातात. एकेक करून सर्व चक्रे सक्रिय होत असताना, जेव्हा सहस्रार चक्र जागृत होते, तेव्हा त्या साधकाच्या चेहऱ्यावर दैवी तेज प्रकट होऊ लागते.

तेज म्हणजे नेमके काय?

आपली जी आभा (Aura) असते, म्हणजेच आत्म्याची ऊर्जा, ती पूर्णपणे शुद्ध व स्फटिकासारखी निर्मळ होते. हा आत्मिक प्रकाश संपूर्ण शरीरावर पडतो आणि त्यामुळे चेहऱ्यावर एक लखलखीत, प्रसन्न तेज दिसू लागते.

जेव्हा सातही चक्रे, विशेषतः सहस्रार चक्र जागृत होते, तेव्हा साधकाला विविध देवतांचे दर्शन घडते. देवता, ऋषी-मुनी साधकाला मार्गदर्शन करतात. काही वेळा वातावरणातील दैवी शक्ती साधकाला मंत्र प्रदान करतात. त्या मंत्रांच्या प्रभावाने साधकाच्या चेहऱ्यावर दैवी तेज अधिकाधिक वाढू लागते.

या दैवी तेजाचा परिणाम शरीरावरही दिसून येतो. त्वचा तजेलदार होते, चेहऱ्यावरील डाग, पिंपल्स कमी होऊ लागतात. ओपन पोअर्स हळूहळू बंद होतात. सुरकुत्या लवकर पडत नाहीत. ज्यांच्यात दैवी तेज असते असे साधक लवकर वृद्ध दिसत नाहीत. केस पिकलेले असले तरी चेहऱ्यावर प्रसन्नता व तरुणपण टिकून राहते.

अशा साधकांचे संपूर्ण आयुष्य ईश्वरभक्तीत लीन झालेले असते. ईश्वराचे दैवी तेज त्यांच्यावर सतत कार्यरत असते. त्यामुळे साठीतही ते चाळिशीचे वाटतात, इतके ते तेजस्वी व सौंदर्यवान दिसतात. जेव्हा वातावरणातील देवता साधकाला मंत्र देतात आणि साधक त्या मंत्रांचा जप करतो, तेव्हा आत्म्याची दैविक शक्ती प्रचंड वाढते. आत्मिक शक्ती वाढली की शरीरातील नसा, अवयव शुद्ध होऊ लागतात. शरीरातील आजार कमी होतात किंवा त्यांचा त्रास जाणवत नाही. साधक एका बाजूला आनंदस्थितीत असतो आणि आजार दुसऱ्या बाजूला दुर्बल होतात.

ज्या देवतेचा मंत्र साधक जपतो, त्या देवतेची दैवी शक्ती साधकाच्या आत्म्यात समाविष्ट होते. ही शक्ती इतकी वाढते की आत्म्यातूनच प्रकाश प्रकट होऊ लागतो.

मात्र एक गोष्ट अत्यंत महत्त्वाची आहे — ध्यान-धारणा करताना देवाकडे काहीही मागू नये. ईश्वर सर्व काही देऊ शकतो, पण मागण्याने दैवी तेज कमी होऊ शकते, हे लक्षात ठेवा. ध्यान करताना फक्त एवढेच म्हणावे **"देवा, मला तूच हवा आहेस. तू माझ्याजवळ राहा."**

ध्यान-धारणा ही सर्वोच्च भक्ती-साधना आहे. या साधनेद्वारे ईश्वर लवकर प्रसन्न होतो आणि साधकाला लवकर पावतो. आपल्या मनातील इच्छा- आकांक्षा वातावरणातील दैवी शक्तींना आपोआप कळतात आणि त्या शक्ती त्या इच्छा पूर्णही करतात. पण त्यामुळेसुद्धा दैवी तेज कमी होण्याची शक्यता असते.

म्हणून दैवी तेज वाढवायचे असेल, तर ते इतके वाढवा की ते ओसंडून वाहावे. समोरच्यालाही आपल्या दैवी तेजाची अनुभूती यावी. दैवी तेज टिकवून ठेवण्यासाठी मंत्रजप करीत राहा. अखंड नामजपापेक्षा मंत्रजपामध्ये अनेक पटींनी अधिक शक्ती असते.

ध्यानाच्या वेळी जे मंत्र प्राप्त होतात, त्या मंत्रांचा अखंड जप केल्याने दैविक शक्ती वाढत जाते.

या शक्तीमुळे बीपी, डायबेटीससारखे आजार नियंत्रित होऊ लागतात. केस गळणे कमी होते, सुरकुत्या कमी होतात आणि चेहऱ्यावर विलक्षण तेज व सौंदर्य प्रकट होते. काही मंत्र तर इतके प्रभावी असतात की एका मंत्रजपानेही दैवी तेज वाढू लागते आणि आजारांवर सकारात्मक परिणाम होतो.

ध्यान-धारणा ही सर्वात उच्च स्तराची साधना आहे. त्यामुळे ही साधना करताना गुरुही उच्च स्तराचे असणे आवश्यक आहे. योग्य गुरूच्या मार्गदर्शनाशिवाय ध्यानात प्रगती होणे कठीण असते. जर तुम्हाला खरे दैवी तेज हवे असेल, तर ध्यान-धारणेशिवाय दुसरा मार्ग नाही.

दैवी तेज प्राप्त होण्याचे एकमेव साधन म्हणजे ध्यान-धारणा.

ग्रहांचा राजा शनि महाराजांच्या भक्तीचा लाभ

शनि महादेवांना शनि महाराज किंवा ग्रहांचा राजा असे म्हटले जाते. ज्या व्यक्तीवर शनि ग्रहाची कृपा असते, त्या व्यक्तीच्या आयुष्याचे शनि महाराज कल्याण करतात. त्यांना सुख, समृद्धी, समाधान आणि आनंदी जीवन देतात. अशा व्यक्तीकडून उत्तम कर्म घडवून घेतात आणि मृत्यूनंतर मोक्षाची प्राप्ती करून देतात.

खरे सांगायचे तर शनि महाराज हे न्यायदेवता आहेत. आपण केलेल्या प्रत्येक कर्माचा लेखाजोखा शनि महाराजांकडे असतो. जेव्हा एखाद्या व्यक्तीवर शनीची साडेसाती चालू असते, तेव्हा वाईट कर्म करणाऱ्या लोकांना त्या साडेसातीचा त्रास अधिक जाणवतो. कारण या साडेसातीमध्ये मनुष्याने या जन्मात तसेच पूर्वजन्मांत केलेल्या कर्मांचे फळ शनि महाराज देत असतात.

जर मनुष्याचे कर्म चांगले असेल, तो निष्काम भावनेने भक्ती करत असेल, सर्वांचे हित चिंतत असेल आणि कोणाचाही वाईट विचार करत नसेल, तर शनि महाराज त्याला साडेसातीचा त्रास होऊ देत नाहीत. उलट त्या काळात ते त्याच्यावर विशेष कृपा करून सुख, शांती, समाधान आणि उत्तम आरोग्य प्रदान करतात. त्याच्याकडून सद्‌कर्म घडवून घेतात.

मात्र जे लोक वाईट कर्म करतात, लोकांना फसवतात, लुबाडतात आणि द्वेषभावना बाळगतात, त्यांना शनि महाराज कठोर शिक्षा देतात. ही शिक्षा कठोर असली तरी त्यामागेही कृपाच असते.

कारण त्या शिक्षेतून मनुष्याला जीवनातील महत्त्वाचे धडे मिळतात, कर्मबंधनातून मुक्तता मिळते आणि दुःख सहन करण्याची शक्ती प्राप्त होते.

शनि महाराजांची भक्ती कशी करावी?

शनि महाराजांची भक्ती म्हणजे त्यांचे नामस्मरण करणे. दररोज

ॐ शनैश्वराय नमः

हा मंत्र दोन माळा जपावा. तसेच शनि स्तोत्र दररोज पाच किंवा सात वेळा वाचावे. यामुळे साडेसातीचा त्रास कमी होतो आणि शनि महाराज आपल्याकडून वाईट कर्म घडू देत नाहीत.

शनि महाराजांची कृपा झाली की गुरु ग्रह व शुक्र ग्रहाचीही कृपा प्राप्त होते. गुरु ग्रहाच्या कृपेने आध्यात्मिक प्रगती होते, तर शुक्र ग्रहाच्या कृपेने ऐश्वर्य, सुख-संपत्ती आणि राजयोग प्राप्त होतो. शनि ग्रहाची कृपा झाल्यावर मनुष्याचे कर्म शुद्ध होते आणि जीवनात कोणत्याही गोष्टीची कमतरता भासत नाही.

शनि महाराजांना केवळ भक्ती नाही, तर **शुद्ध कर्म** अपेक्षित असते. जर कोणी वाईट कर्म करत असेल, लोकांना फसवत असेल किंवा भक्तीतही लबाडी करत असेल, तर शनि महाराज त्याच्यावर कृपा करत नाहीत. भक्ती स्वीकारली जाण्यासाठी कर्मही उत्तम असणे आवश्यक आहे.

घरामध्ये भांडण-तंटे होत असतील, नकारात्मक ऊर्जा जाणवत असेल किंवा कोणत्याही प्रकारची बाधा असेल, तर शनि महाराजांची भक्ती केल्याने ती दूर होते. शनि महाराजांची कृपा झाली तर कोणत्याही क्षेत्रात यश मिळते आणि जीवनातील दुःखांवर मात करण्याची सहनशक्ती प्राप्त होते.

शनि महाराजांना फक्त एकच गोष्ट प्रिय आहे—**उत्तम कर्म**. रोज शनि स्तोत्र वाचल्यास मनुष्याकडून वाईट कर्म घडत नाही. नियमित शनि महाराजांची पूजा केल्यास जीवन जगणे सुलभ होते. शनि महाराज जीवनातील सुख-दुःख समतोल ठेवून भक्ताची आध्यात्मिक प्रगती घडवतात आणि अखेरीस मोक्षाचा मार्ग दाखवतात.

म्हणूनच, जीवनात यशस्वी व्हायचे असेल, सुख-समाधान हवे असेल आणि आध्यात्मिक उन्नती साधायची असेल, तर शनि महाराजांची पूजा व भक्ती रोज आपल्या पूजेमध्ये अवश्य ठेवा. तुम्ही कोणत्याही क्षेत्रात असलात, तरी यश निश्चितच प्राप्त होईल.

नारायण नागबळी आणि कालसर्प योग करूनही घरातील कटकटी संपत नाहीत

नारायण नागबळी आणि कालसर्प योग हे विधी आपण प्रामुख्याने पितृदोषासाठी करतो. या उपायांमुळे पितरांचा त्रास कमी होतो आणि त्यांना गती मिळते, हे खरे आहे. परंतु, केवळ विधी केल्याने आपण त्यांच्या **'ऋणानुबंधातून' मुक्त होतो का?** तर याचे उत्तर **'नाही'** असे आहे.

अनेक लोक म्हणतात, **"आम्ही इतके विधी केले, तरी आमच्या समस्या सुटत नाहीत."** याचे मुख्य कारण म्हणजे आपण त्या पितरांच्या ऋणात अडकलेले असतो. आत्मा जन्मापासून वेगवेगळ्या योनींत प्रवास करत असतो. कधी एखाद्या व्यक्तीशी आपले घट्ट नाते असते, तर कधी कोणाबद्दल मनात प्रचंड द्वेष असतो. जर अशी व्यक्ती आपल्या आयुष्यातून अचानक निघून गेली, तर आपण त्यांच्या ऋणानुबंधात अडकतो. जोपर्यंत तुम्ही या ऋणातून मुक्त होत नाही, तोपर्यंत समस्या पाठ सोडत नाहीत.

ऋणानुबंधातून मुक्त होण्यासाठी काय करावे?

पितृदोष आणि ऋणानुबंधातून मुक्त होण्यासाठी 'दत्त स्तोत्र' हा अत्यंत प्रभावी उपाय आहे. जर तुम्ही दररोज ११ वेळा दत्त स्तोत्राचे पठण केले, तर दीड ते दोन वर्षांत तुमचा पितृदोष पूर्णपणे नाहीसा होऊ शकतो. या साधनामुळे घरातील नकारात्मक ऊर्जा (Negative Energy) नष्ट होते आणि बाधाही दूर होतात.

पितृदोष पिढ्यानपिढ्या का चालतो?

हा दोष आपल्या पूर्वजांकडून आई- वडिलांना आणि त्यांच्याकडून आपल्याला लागतो. अशा प्रकारे हा वारसा पुढे चालत राहतो. जर हा दोष मुळापासून उपटून टाकायचा असेल, तर दत्त महाराजांची सेवा हाच सर्वोत्तम मार्ग आहे. ज्यांच्या पत्रिकेत पितृदोष आहे, त्यांनी श्रद्धेने दत्त स्तोत्र वाचावे; पितृदोष १००% दूर होईल.

दत्त महाराज: ऋणमुक्त करणारे दैवत: जेव्हा आपण कोणाच्या ऋणात असतो, तेव्हा त्यांच्या कर्मांचे भोग आपल्याला भोगावे लागतात. म्हणूनच कोणाच्याही ऋणात राहू नये. निष्काम भावनेने कर्म करावे. अगदी ईश्वराची भक्ती करतानाही ती निष्काम असावी. आपण देवाच्या ऋणात राहण्यापेक्षा, देवाने आपल्या भक्तीच्या ऋणात राहावे, इतकी ओढ आपल्या साधनेत हवी.

एकदा का तुम्ही ऋणातून मुक्त झालात की, पूर्वजांच्या कर्मांचे फळ तुम्हाला भोगावे लागत नाही. तुमची भक्ती आणि साधना जेवढी प्रबळ असेल, तेवढे तुम्ही कर्माच्या बंधनातून मुक्त राहाल. त्यामुळे कोणतीही खर्चिक विधी करण्यापेक्षा आपली भक्ती आणि दत्त स्तोत्राचे पठण सुरू ठेवा.

ऋणानुबंधनामुळे पितृदोष मनुष्याला जडतो – हा ऋणानुबंध कसा निर्माण होतो?

ऋणानुबंध म्हणजे काय?

ऋणानुबंध म्हणजे एका मनुष्याचा दुसऱ्या मनुष्याशी असलेला जन्मोजन्मीचा भावनिक, मानसिक किंवा कर्माचा संबंध. हत्या, वैर, फसवणूक, द्वेष, अतोनात प्रेम अशा गोष्टी मनुष्याला ऋणानुबंधात गुंतवून ठेवतात.

एखाद्या मनुष्याने दुसऱ्या मनुष्याचा खून केला असेल, त्याच्याशी लबाडी केली असेल, वैर धरले असेल किंवा एखाद्यावर जीवापाड प्रेम केले असेल—हे सर्व ऋणानुबंध निर्माण करणारे कारणे आहेत. प्रेम हे पवित्र असले तरी अति आसक्ती देखील ऋणानुबंध वाढवते.

ऋणानुबंध कसे तयार होतात?

- एखाद्याचे पैसे अडवून ठेवणे
- अनैतिक संबंध ठेवून दुसऱ्याला धोका देणे
- स्त्री-पुरुष संबंधांमध्ये विश्वासघात करणे
- कर्ज फेडून न टाकणे
- एखाद्यावर मनापासून प्रेम करूनही ते प्रेम मिळू न देणे

या सर्व गोष्टींमुळे मनुष्य ऋणानुबंधात अडकतो.

ऋणानुबंधाशिवाय भेट होत नाही

ऋणानुबंधाशिवाय मनुष्य कधीच कोणाला भेटत नाही. साधं बोलणं जरी असलं तरी समोरच्या व्यक्तीशी काही ना काही ऋण असतंच. रागाच्या भरात केलेली मारहाण, हत्या, निंदा- नालस्ती, टोमणे, फसवणूक— यामुळे समोरच्या जीवाला जे दुःख होतं, ते दुःख ऋणानुबंध निर्माण करतं.

एखाद्यावर खूप प्रेम केलं आणि ती व्यक्ती या जन्मात मिळाली नाही, तर ती पुढच्या जन्मात नक्कीच भेटते—कारण ऋण फेडायचं शिल्लक असतं.

पितृदोष व ऋणानुबंध

पितृदोष हा ऋणानुबंधामुळेच निर्माण होतो. जेव्हा ऋणानुबंध नष्ट होतो, तेव्हा पितृदोष देखील नष्ट होतो. म्हणूनच—

- कोणाचे पैसे अडवून ठेवू नयेत.
- कोणाशी लबाडी करू नये.
- कोणाची निंदा-नालस्ती करू नये.
- निरपराध माणसाला दोषी ठरवू नये.

प्रेम कसं असावं?

प्रेम करा, पण इतकंही करू नका की त्या प्रेमामुळे तुमचं आयुष्य उद्ध्वस्त होईल. जे प्रेम नशिबात नाही, त्याच्या मागे हट्टाने लागू नका.

कर्माचा सिद्धांत

सर्व ऋण एका जन्मात फेडले जात नाहीत. अनेक जन्मांपर्यंत मनुष्याला त्याचे परिणाम भोगावे लागतात. म्हणून—

- उसनवारीचे पैसे असतील तर परत करा
- चांगलं कर्म करता येत नसेल तर वाईट कर्म तरी करू नका
- सत्कर्म शक्य नसेल तर कुकर्म नक्कीच टाळा

ऋणानुबंधातून मुक्तीचा मार्ग

ऋणानुबंधातून मुक्त व्हायचं असेल तर गुरुचरित्र वाचन, दत्तगुरूंची उपासना व दत्तस्तोत्र पठण अत्यंत महत्त्वाचं आहे. यामुळे मन शुद्ध होतं आणि ऋणबंध सैल होतात.

संसारधर्म

नवरा-बायकोने एकमेकांशी प्रेमाने वागावं, मान-सन्मान द्यावा, सुखाने संसार करावा. अनैतिक संबंध टाळावेत. कोणाचे पैसे अडवू नयेत. एका व्यक्तीची चूक दुसऱ्यावर ढकलू नये.

या सर्व गोष्टींचं पालन केल्यास कोणताही मनुष्य दुसऱ्याच्या ऋणानुबंधात अडकत नाही.

मोक्षाचा मार्ग

एकदा मनुष्य ऋणानुबंधनातून मुक्त झाला की त्याला मोक्षाचा, मुक्तीचा मार्ग खुला होतो. त्याची आध्यात्मिक प्रगती होते.

असा हा ऋणानुबंध— मनुष्याच्या भावना, जिव्हाळा आणि आगाध प्रेमाशी निगडित असलेला!

आपल्या घरच्या देवांना देवत्व कसे आणावे?

आपल्या घरातील देवांना देवत्व येण्यासाठी सर्वात महत्त्वाची गोष्ट म्हणजे आपली भक्ती दृढ असणे. मन नेहमी प्रसन्न ठेवावे. चिडचिड करणे, दात-ओठ खाणे, भांडण-तंटा करणे या गोष्टी घरामध्ये टाळाव्यात. कारण घरातील वातावरण जितके शांत व सकारात्मक असेल, तितकी देवपूजेला शक्ती प्राप्त होते.

सर्व देवांना रोज अभिषेक करणे प्रत्येकाला शक्य होईलच असे नाही आणि तेवढा वेळही सर्वांकडे नसतो. त्यामुळे रोज देवाजवळ अगरबत्ती व दिवा लावून स्तोत्रपठण करावे, मंत्रजप मोठ्याने करावा, ग्रंथ वाचन करावे. या मंत्रजपातून व ग्रंथवाचनातून निर्माण होणारी दैविक ऊर्जा हळूहळू प्रत्येक मूर्तीमध्ये स्थिर होते.

जेव्हा तुम्ही देव धुता किंवा देवांना अंघोळ घालता, तेव्हा गुरूंनी दिलेला मंत्र अखंड जपावा. त्यामुळे त्या मंत्राची ऊर्जा व दैविक शक्ती मूर्तीमध्ये संचारते आणि मूर्तीमध्ये देवत्व निर्माण होते. देवाला हळद-कुंकू लावताना देखील गुरुमंत्राचा जप करत राहावा. यामुळे देवत्व अधिक दृढ होते.

जर तुम्ही सलग अनेक दिवस देवपूजा केली नाही, तर मूर्तीतील देवत्व हळूहळू कमी होत जाते. म्हणूनच नित्यनेमाने स्तोत्रपठण, ग्रंथवाचन, नामस्मरण व माळ जपणे अत्यंत आवश्यक आहे. जेव्हा देवाच्या मूर्तीला देवत्व प्राप्त होते, तेव्हा देव आपली पूर्ण काळजी घेतो. तो आपल्या पाठीशी उभा राहतो, प्रत्येक सुख-दुःखात मदत करतो. घरातील नकारात्मक शक्ती नष्ट करतो आणि कोणतीही वाईट

ऊर्जा घरात स्थिर होऊ देत नाही. म्हणून देवामध्ये देवत्व आणणे अत्यंत गरजेचे आहे.

ज्यांना आर्थिक अडचणी आहेत, त्यांनी घरातील महालक्ष्मी देवीची मूर्ती हातात घेऊन रोज ४१ वेळा || **ॐ महालक्ष्मी नमः**|| हा मंत्र जपावा आणि नंतर ती मूर्ती तिच्या जागी ठेवावी. रोज असा उपक्रम केल्याने मंत्रजप तर होतोच, पण त्या मूर्तीमध्ये चैतन्य निर्माण होते. यामुळे आर्थिक समस्या हळूहळू कमी होऊ लागतात. देवाला देवत्व प्राप्त झाल्याशिवाय आपली पूजा- अर्चा देवापर्यंत पोहोचत नाही. म्हणून अखंड नामस्मरण व मंत्रजपात राहणे आवश्यक आहे. यामुळे मंत्रांची व नामस्मरणाची शक्ती आपल्या घरात स्थिर होते आणि ती शक्ती आपल्याला जीवन जगण्यासाठी उमेद व आधार देते.

देवाला देवत्व प्राप्त झाल्यावर आध्यात्मिक प्रगतीही वेगाने होते. मात्र एक गोष्ट लक्षात ठेवा—जर सोयर-सुतकामुळे पूजा थांबली असेल, तर देवासमोर थोड्या अंतरावर (तीन-चार फूट) बसून मंत्रजप करत राहावा. यामुळे देवत्व टिकून राहते.

फक्त दिवा-अगरबत्ती लावणे म्हणजेच पूजा नव्हे. देवासमोर बसून मंत्रजप, स्तोत्रजप आणि ग्रंथाचे पारायण केल्यानेच देवामध्ये देवत्व निर्माण होते. तेव्हाच आपली पूजा खऱ्या अर्थाने देवापर्यंत पोहोचते.

हे सदैव ध्यानात ठेवा.

आत्मसाक्षात्कार कसा होतो?

आत्मसाक्षात्कार होण्यासाठी मनुष्याचा आत्मा पूर्णपणे शुद्ध असावा लागतो—स्पटिकासारखा स्वच्छ आणि निर्मळ. आत्मा शुद्ध असेल, प्रारब्धाचे भोग व कर्म शुद्ध असतील, तरच आत्मसाक्षात्कार संभवतो. एकदा आत्मसाक्षात्कार झाला की मनुष्याला मोक्षमार्ग प्राप्त होतो.
ध्यानात कितीही देवांचे दर्शन झाले, तरीही जर आत्मसाक्षात्कार झाला नसेल, तर त्या भक्तीचा खरा उपयोग होत नाही.

आत्मसाक्षात्कारासाठी मनुष्याने 'कर्तेपणा' नष्ट करावा. मी करतो ही भावना मनातून पूर्णपणे काढून टाकावी आणि सर्व काही ईश्वरच करतो ही भावना दृढ धरावी . प्रत्येक मनुष्यात ईश्वरत्व पाहावे. कोणावरही टीका करू नये, कोणाचा द्वेष किंवा मत्सर करू नये, कोणाच्या कुटुंबीयांबद्दल टोमणे मारू नयेत किंवा अपशब्द वापरू नयेत. स्वतःची कर्मे शुद्ध व उत्तम ठेवावीत आणि प्रत्येक माणसात ईश्वरतत्त्व पाहावे.

आत्मसाक्षात्काराची तिसरी पायरी म्हणजे—आपण देह नाही, तर आत्मा आहोत ही जाणीव होणे. देह हे आत्म्याचे केवळ आवरण आहे, हे जेव्हा मनुष्याला उमगते, तेव्हा तो देहाच्या मोहातून पूर्णपणे मुक्त होतो. त्यानंतरच खऱ्या अर्थाने आत्मसाक्षात्कार घडतो. आत्मसाक्षात्कार होणे इतके कठीण नाही. जर मनुष्याने नियमित ध्यानधारणा केली, नामस्मरण केले, तर आत्मसाक्षात्कार लवकर घडू शकतो. आत्मसाक्षात्कार झाल्यानंतर मनुष्याला त्याच्या आत्म्याभोवती

विविध देवतांचे दर्शन होते. त्याला देवळात जाण्याची किंवा मूर्तीत देव शोधण्याची गरज राहत नाही, कारण त्याला स्वतःच्या आत्म्यातच ईश्वराचे साक्षात दर्शन घडते.

ईश्वरी भक्ती करताना नेहमी सर्वांचा आशीर्वाद घ्यावा. सर्वांचे भले व्हावे, सर्वांना सद्बुद्धी मिळावी, अशी प्रार्थना ईश्वराकडे करावी. एकदा आत्मसाक्षात्कार झाला की मनुष्याच्या सर्व इच्छा-आकांक्षा संपतात. तो पूर्णपणे ईश्वरात तल्लीन होऊन परमानंदाचा अनुभव घेत असतो.

ईश्वरी भक्ती म्हणजे स्वतःला जाणणे, स्वतःला ओळखणे आणि स्वतःच्या आत्म्यापर्यंत पोहोचणे. आत्मसाक्षात्कारासाठी खरी भक्ती आवश्यक आहेच, पण त्याचबरोबर शुद्ध व सत्य कर्मांचीही तितकीच गरज आहे.

मनुष्य जे पाहतो, ऐकतो व बोलतो, त्यानुसारच त्याचे विचार, कृती आणि कर्म घडत असतात

प्रत्येक मनुष्याने आपले कर्म चांगले व्हावे यासाठी चांगले पाहणे, चांगले बोलणे आणि चांगले ऐकणे या तीन गोष्टी अंगीकारल्या पाहिजेत.

चांगले पाहणे म्हणजे काय?

आज आपण मोबाईल, टीव्ही, सोशल मीडियावर खूप वेळ घालवतो. तेथे विकृत, अश्लील किंवा नकारात्मक गोष्टी पाहण्याऐवजी चांगल्या, प्रेरणादायी, सकारात्मक गोष्टी पाहिल्या पाहिजेत. कारण आपण जे पाहतो त्याचा परिणाम थेट आपल्या मनावर होतो आणि मन शुद्ध असेल तर आपली कर्मेही शुद्ध घडतात.

चांगले बोलणे फार महत्त्वाचे आहे.

कोणाची निंदा-नालस्ती करू नये. **"तो असा आहे, तो तसा आहे", "याचे कर्म वाईट आहे, त्याचे कर्म वाईट आहे"** असे बोलणे, टोमणे मारणे, द्वेष पसरवणे, सतत एखाद्याला नाव ठेवत राहणे — या सगळ्या गोष्टी टाळाव्यात. दुसऱ्यांबद्दल वाईट बोलल्याने आपलेच कर्म बिघडते.

चांगले ऐकणे म्हणजे विवेकाने ऐकणे.

एखादी व्यक्ती जर आपल्याला दुसऱ्याबद्दल वाईट सांगत असेल, तर ते ताबडतोब सत्य मानू नये. जोपर्यंत स्वतःला खात्री होत नाही, तोपर्यंत विश्वास ठेवू नये. सत्य समजल्यावरच निर्णय घ्यावा.

जर तुम्ही कोणाच्या वाईट कर्माची चर्चा कानाने ऐकली आणि समोरची व्यक्ती प्रत्यक्षात चांगली निघाली, तर त्या पापाचा अंश ऐकणाऱ्यालाही लागतो. सांगणाऱ्याला पाप लागतेच, पण ऐकणाऱ्यालाही लागते. अशी ही कर्माची शिदोरी असते. म्हणून प्रत्येकाने ठरवावे — आपण चिंतामणी व्हायचे की कल्पवृक्ष, की विकृत विचारांचे गुलाम व्हायचे?

डोळ्यांनी चांगले पाहिले, कानांनी चांगले ऐकले आणि तोंडाने चांगले शब्द बोलले, तर बुद्धी सात्त्विक होत जाते. बुद्धी सात्त्विक झाली की कर्म शुद्ध होत जाते.

ज्याचे कर्म शुद्ध असते, त्याची आत्मा पांढरीशुभ्र असते आणि अशा आत्म्यात देव-देवतांचा वास असतो.

म्हणून मनुष्याने जीवन जगताना या तीन गोष्टी पाळायलाच हव्यात —

- वाईट ऐकू नये,
- वाईट बोलू नये,
- वाईट पाहू नये.

मोबाईलवर दिसणाऱ्या अश्लील, विकृत गोष्टी पाहू नयेत. त्याऐवजी चांगल्या गोष्टी वाचाव्यात. घाणेरडी मासिके टाळावीत. संतांचे सात्त्विक ग्रंथ — तुकाराम गाथा, ज्ञानेश्वरी, एकनाथी भागवत — यांचे नियमित वाचन करावे. त्यामुळे बुद्धी सात्त्विक होत जाते. राजसिक किंवा तामसिक स्वभाव असला तरी अशा ग्रंथांच्या वाचनाने मन शुद्ध होते.

जर तुम्ही वाईट पाहिले, वाईट ऐकले आणि वाईट बोलले, तर तुमच्या भोवती नकारात्मक शक्ती जमा होतात. त्या शक्ती माणसाला पापाकडे ढकलतात. सतत वाईट शब्द बोलल्याने पाप वाढते, बुद्धी तामसिक होते आणि तामसिक बुद्धीतून द्वेष, मत्सर, अहंकार असे दुर्गुण वाढतात. हे दुर्गुण जीवनाची पूर्ण हानी करतात.

म्हणून नेहमी लक्षात ठेवा

चांगले पहा, चांगले ऐका आणि चांगले बोला. तुमचे जीवन सुंदर होईल.अन्यथा अधोगती निश्चित आहे.

नकारात्मक शक्ती आणि सकारात्मक शक्ती आपल्या भोवती कशी येते?

नकारात्मक शक्ती म्हणजे वाईट, तामसिक शक्ती आणि सकारात्मक शक्ती म्हणजे सात्त्विक, चांगली शक्ती होय. जेव्हा मनुष्य वाईट कर्म करू लागतो, तेव्हा नकारात्मक शक्ती त्याच्याकडून अधिकाधिक वाईट कर्म करून घेते. आणि जेव्हा मनुष्य चांगले कर्म करतो, तेव्हा त्याला सात्त्विक, सकारात्मक ऊर्जा प्राप्त होते. नकारात्मक शक्ती मनुष्याची अधोगती करते, तर सकारात्मक शक्ती मनुष्याचा उद्धार करते.

म्हणून मनुष्याने नेहमी आपले कर्म शुद्ध व चांगले ठेवले पाहिजे. आता सकारात्मक शक्ती कशी प्राप्त होते, हे पाहूया. जो मनुष्य ग्रंथ वाचतो, नामस्मरण करतो, कोणाचाही द्वेष किंवा मत्सर करत नाही, जो साधा-सरळ जीवन जगतो, ज्याला लबाडी व फसवणूक जमत नाही, जो देवभक्तीत रमलेला असतो, सत्कर्म करतो, कोणाच्याही वाईटाचे चिंतन करत नाही आणि कोणालाही इजा पोहोचवत नाही—अशा व्यक्तींना सतत सकारात्मक, सात्त्विक शक्ती प्राप्त होत असते.

याउलट, जे मनुष्य वाईट कर्म करतात, अश्लीलतेचे व विकृतीचे प्रदर्शन करतात, फसवणूक करतात, इतरांना दुःख, वेदना व त्रास देतात, टोमणे मारून मानसिक जखमा करतात, चोरी, खून, बलात्कार यांसारखी पापे करतात, ज्यांना देव-धर्माची आवड नसते, जे खऱ्या भक्तांना व साध्या, सरळ माणसांना त्रास देतात आणि त्यांच्या साधेपणाचा गैरफायदा घेतात—अशा ठिकाणी व अशा लोकांभोवती

नकारात्मक शक्ती सतत वावरत असते. तसेच जिथे अनैतिक संबंध ठेवले जातात, तेथेही नकारात्मक शक्ती अधिक प्रभावी होते.

नकारात्मक शक्ती ही वातावरणातील वाईट शक्ती असून ती त्या मनुष्याला घेरते आणि त्याची अधोगती घडवते. तर सकारात्मक, सात्त्विक शक्ती ही साधू-संत, देव-देवता आणि महान योगीपुरुष यांच्या सात्त्विक ऊर्जेमुळे वातावरणातून मनुष्याला प्राप्त होते. म्हणून मनुष्याने सतत चांगले कर्म करत राहावे, कोणालाही दुखवू नये, अश्लीलता व विकृतीचे प्रदर्शन टाळावे. जितके अधिक चांगले कर्म करता येईल, तितके करत राहावे. त्यामुळे सात्त्विक शक्ती तुमचा उद्धार करण्यास सहाय्यक ठरते. परोपकार करावा, दान-धर्म करावा आणि प्रत्येक माणसात ईश्वराचे दर्शन घ्यावे.

जितके अधिक वाईट कर्म केले जाईल, तितकी अधिक अधोगती होईल, आणि मृत्यूनंतर भयानक नरकयातना किंवा विविध प्राण्यांच्या योनीत जन्म घ्यावा लागतो, असे शास्त्र सांगते. म्हणून प्रत्येक मनुष्याने विचार करावा की आपले कर्म चांगले करून उद्धार करून घ्यायचा आहे की वाईट कर्म करून स्वतःची अधोगती करून घ्यायची आहे. जो मनुष्य नकारात्मक शक्तीच्या प्रभावाखाली असतो, त्याच्याकडून नकारात्मक शक्ती अधिकाधिक वाईट कर्म करून घेते. आणि जे लोक सात्त्विक शक्तीच्या सान्निध्यात असतात, त्यांच्याकडून सात्त्विक शक्ती जास्तीत जास्त चांगले कर्म करून घेते.

संसार करून परमार्थ कसा साधावा?

संसार करणाऱ्या व्यक्तींनी आपली सर्व कर्तव्ये प्रामाणिकपणे व निष्ठेने पार पाडावीत. आपला व्यवसाय प्रामाणिकपणाने करावा. कुठेही लाचलुचपत, फसवणूक किंवा लबाडी करू नये. संसारी मनुष्याने नेहमी धर्मानुसार वागावे. जो मनुष्य धर्माला मान देत नाही व अधर्माच्या मार्गाने चालतो, त्याची अधोगती होते.

स्त्रियांनी आपली दैविक शक्ती टिकवून ठेवावी. जर स्त्रीने आपली दैविक शक्ती जपली नाही, तर व्यभिचार वाढतो आणि व्यभिचार वाढला तर समाजाची अधोगती होते. म्हणूनच स्त्रीचे चारित्र्य, संयम व शुद्धता ही समाजाची आधारशिला आहे.

संसार करत असताना गुरु, ईश्वर आणि घरातील ज्येष्ठ व्यक्तींना कधीही दूर करू नका. त्यांच्यावर प्रेम करा, त्यांच्यावर श्रद्धा ठेवा. आपले मन सदैव ईश्वरचरणी ठेवावे. प्रत्येक कर्म हे कर्तव्यबुद्धीने करावे. संसारी माणसावर अनेक प्रकारचे व्याप असतात— पैशांचा, मुलांचा, व्यवहारांचा, समाजाचा—पण या सर्व गोष्टी सहन करत मनुष्याने संयमाने आपले जीवन जगावे.

प्रत्येक कर्म करत असताना मनात ईश्वरचिंतनाची सवय लावावी. दारूचे व्यसन, परस्त्रीसुखाचे व्यसन किंवा परपुरुषसंबंध यापासून मनुष्याने दूर राहावे. जितके अधिक नामस्मरण केले जाईल, तितकी कर्मे शुद्ध होत जातात आणि प्रारब्धाचे भोग नष्ट होतात. स्त्रीने आपले मांगल्य, सौम्यता, मृदुता व कोमलता—हे देवाने दिलेले गुण—जपावेत. या गुणांमुळे पुरुषांची शक्ती वाढते. जी स्त्री पातिव्रत्याचे

पालन करते, अव्यभिचारी असते, तिच्या दैविक शक्तीमुळे पतीची शक्ती वाढते आणि ती खऱ्या अर्थाने पतीची धर्मसहचारिणी ठरते. पुरुषांनी स्त्रीला योग्य मान-सन्मान दिला पाहिजे. तिला शांत, आनंदी व समाधानी ठेवले पाहिजे. आई-वडिलांची सेवा करून त्यांच्या ऋणातून मुक्त व्हावे. गुरुसेवा करावी, समाजसेवा करावी. धार्मिक संस्थांना शक्य तेवढी मदत करावी.

धर्म म्हणजे अंधश्रद्धा नव्हे; धर्म म्हणजे शुद्ध, स्वच्छ नीती-नियमांचे आचरण होय. आपले आचार व विचार शुद्ध असावेत. देवावर विश्वास ठेवावा, देवावर प्रेम करावे. मुलांना चांगले संस्कार द्यावेत. जर मुले वाममार्गाला लागलेली असतील, तर त्यांना योग्य मार्गावर आणण्याचा प्रयत्न करावा.

संसारी माणसाने उपास-तापास केले नाहीत तरी चालतील, पण आपले कर्म जास्तीत जास्त चांगले करण्याचा प्रयत्न केला पाहिजे. जी स्त्री आपल्या दैविक शक्तीचा उपयोग धर्मपालनासाठी करते, ती स्त्री सर्वगुणसंपन्न असते.

संसारी माणसाने कोणालाही फसवू नये, लुबाडू नये, कोणाच्या ऋणानुबंधात अडकू नये. जे आपले कर्म आहे ते उत्तम प्रकारे करावे आणि ते करताना ईश्वराचे नामस्मरण करावे. दान-धर्म शक्य तितका करावा. रागाच्या भरात कोणालाही अपशब्द बोलू नयेत. संसार करत असताना दुसऱ्याचा संसार उद्ध्वस्त होईल असे कधीही वागू नये—हा नियम कटाक्षाने पाळावा. देवधर्म करताना ईश्वराकडून कोणतीही अपेक्षा न ठेवता निष्काम भक्ती करावी. निष्काम भावनेने केलेली भक्ती संसारी मनुष्याला मृत्यूनंतर स्वर्गलोक किंवा मोक्षाची प्राप्ती करून देते.

ईश्वरावर निष्ठा ठेवणे, ईश्वरावर प्रेम करणे, संतांच्या शिकवणीनुसार आचरण ठेवणे, सर्वांशी चांगले बोलणे व चांगले वागणे, समाजसेवा करून समाजाचे ऋण फेडणे आणि इतरांवर चांगले संस्कार करणे—या गोष्टी जर मनुष्याने केल्या, तर त्याला मृत्यूनंतर स्वर्गाची प्राप्ती होते.

मनुष्याने नेहमी आपले आचार-विचार शुद्ध ठेवावेत. जर संसारी मनुष्य संतांच्या शिकवणीनुसार वागला, तर धर्म त्याचे रक्षण करतो. आणि ज्याचे धर्म रक्षण करतो, तो मनुष्य आयुष्यात कितीही दुःख आले तरी डगमगत नाही. तो धैर्याने जीवन जगतो आणि त्याच्यासोबत सदैव ईश्वराची साथ असते.

पुण्यवान आत्मे व पापी आत्मे कसे असतात?

मनुष्याला मिळालेला हा मानवदेह आत्मोद्धारासाठीच असतो. ईश्वराने मनुष्याला जन्म दिला आहे, कारण त्याने दान, धर्म, परोपकार, ईश्वरभक्ती व सर्व सद्गुणांचे आचरण करावे. परंतु मनुष्य मायेच्या मोहात अडकून अनेक पापकर्मे करीत राहतो.

जे लोक देवाची भक्ती करतात, साधे-सरळ जीवन जगतात, कोणाचे मन दुखावत नाहीत, कुणाविषयी वाईट बोलत नाहीत, टोमणे देत नाहीत, कोणाचा संसार मोडत नाहीत, पती-पत्नी एकमेकांशी प्रामाणिक राहतात, आपल्या मुलांना चांगले संस्कार देऊन त्यांना देशाचे उत्तम नागरिक घडवतात; सर्वांशी प्रेमाने व आपुलकीने वागतात, समाजसेवा करतात, दान-धर्म व परोपकार करतात, इतरांच्या दुःखात सहभागी होतात— असे आत्मे पुण्यवान आत्मे असतात. अशा आत्म्यांना मृत्यूनंतर स्वर्गलोकाची प्राप्ती होते किंवा मुक्ती मिळते.

जे लोक सतत वाईट विचार करतात, दुसऱ्यांचा संसार मोडतात, परस्त्री-परपुरुषांच्या नादी लागतात, मुलांना सुसंस्कार न देता अति लाड करून त्यांचे आयुष्य खराब करतात, टोमणे देतात, चुगली-लबाडी करतात, लोकांकडून पैसे उसनवार घेऊन परत करत नाहीत, त्यांच्यावर दडपशाही करतात, अतिशय कंजूष व स्वार्थी राहतात, दुर्गुणी असतात, सतत भांडण-तंटे व द्वेष करतात—असे मनुष्य नरकात जातात किंवा वेगवेगळ्या योनींमध्ये प्राण्यांचा जन्म घेतात.

जरी सर्व दुःखभोग संपल्यानंतर त्यांना पुन्हा मनुष्यजन्म मिळाला, तरी ते अत्यंत दारिद्र्यग्रस्त, दुःखी व कष्टमय जीवन जगतात.

जे लोक खून करतात, त्यांना भयानक नरकयातना भोगाव्या लागतात. त्यांना तप्त शिलांमध्ये जन्म मिळतो, म्हणजे ते दगडरूप होतात. जे आतंकवादी असतात, त्यांना तप्त शिलारसात टाकले जाते. अशा आत्म्यांना पुन्हा जन्म मिळत नाही.

म्हणून मनुष्याने सदैव चांगले कर्म करावे, परोपकार व दानधर्म करावा, वाईट आचरण टाळावे, दुसऱ्या आत्म्याला त्रास देऊ नये आणि कुणालाही टोमणे देऊ नयेत.

"कर्म तेरा अच्छा हो, तो किस्मत तेरी दासी है."

म्हणून आपले कर्म चांगले ठेवा, आपले जीवन प्रामाणिकपणे जगा—ईश्वर नेहमीच तुमच्या सोबत राहील.

मनुष्याच्या जीवनाचे एकच ध्येय - आत्मोद्धार

मनुष्याच्या जीवनाचे एकच खरे ध्येय आहे, ते म्हणजे आपल्या आत्म्याचा उद्धार करणे. परंतु मनुष्य आत्म्याचा उद्धार करण्याऐवजी देहाचा उद्धार करण्यात गुंतून जातो. देहाच्या मोहात इतका अडकतो की त्या मोहामुळे त्याला अनेक जन्म दुःख भोगावे लागतात. मनुष्याला असे वाटते की जोपर्यंत देह आहे, तोपर्यंत मौज-मजा करावी आणि देह संपला की सर्व काही संपते. नरक, स्वर्ग, मुक्ती काहीच नसते असे तो मानतो. परंतु मनुष्य जे कर्म करतो, ती कर्मे त्याला जन्मोजन्मी सोबत घ्यावी लागतात; तीच त्याची शिदोरी असते.

शरीरातील आत्मा कधीही मरत नाही. त्याला मारता येत नाही, जाळता येत नाही; तो अमर असतो. हा देह म्हणजे केवळ एक आवरण आहे. त्या आवरणाच्या साहाय्याने मनुष्याने चांगले कर्म करायचे, पुण्य कमवायचे आणि त्या पुण्याच्या बळावर आत्म्याला मुक्ती द्यायची असते. पण मनुष्य हे सर्व विसरतो आणि म्हणूनच दुःख भोगतो. त्याचे मन, बुद्धी आणि वाणी इतकी भ्रष्ट होतात की त्याच्याकडून सत्कर्म घडत नाही. सकाळी उठणे, दुपारी जेवणे, रात्री जेवून झोपणे आणि दुसऱ्या दिवसाचा संसाराचा कार्यक्रम आखणे— अशीच त्याची जीवनाची रहाटगाडी सुरू राहते.

तो आयुष्य जगतो, पण हे सर्व मोह-माया आहे हे त्याला कळत नाही. येथे चांगले कर्म करून पुण्य कमवायचे असते; परंतु तोच कर्मबंधनात अडकतो. त्या कर्मांच्या शिक्षेमुळे त्याला अनेक जन्म विविध योनींमध्ये भोगावे लागतात.

मनुष्याला जसे जसे सुख मिळते, तसे तसे त्याचे पुण्य कमी होत जाते—हे त्याला कळत नाही. म्हणून मनुष्याने आपल्या स्वभावाचा, वागण्याचा, वृत्तीचा, वर्तनाचा आणि आवडीनिवडींचा आत्मपरीक्षण करायला हवे. आपल्यातील गुण-दोष ओळखून दोष दूर करण्याचा प्रयत्न केला पाहिजे. कपट, लबाडगिरी आणि स्वार्थीपणा हे मनुष्याचे मोठे दुर्गुण आहेत.

आपण स्वार्थी आहोत का? अहंकारी आहोत का? आपल्यात कोणते गुण-दोष आहेत? याचा मनुष्याने विचार केला पाहिजे. जर हा विचार केला नाही, तर त्याच्याकडून पापकर्मे घडत जातात आणि त्या पापकर्मांचे ओझे वाढत जाते. त्या पापकर्मांमुळे त्याला अनेक जन्म दुःख, वेदना आणि त्रास भोगावे लागतात. जेव्हा मनुष्याला दुःख येते, तेव्हा तो देवाला दोष देतो. पण देव कोणाच्याही कर्माचा भागीदार नसतो. प्रत्येक मनुष्य आपापल्या कर्मानुसारच सुख-दुःख भोगतो. म्हणून देवाला दोष देऊन पापाचा भागीदार होऊ नये. ईश्वराने दिलेल्या या नरदेहाचा उपयोग चांगले कर्म करण्यासाठी करा. अधिकाधिक पुण्य कमवा. आपण देव होऊ शकत नसलो, तरी किमान चांगला माणूस होण्याचा प्रयत्न केला, तरी आत्मोद्धार नक्कीच शक्य आहे. पण प्राणीसदृश वर्तन केले, तर अधोगती अटळ आहे. कोणाशी संगत करावी, कोणाला जवळ करावे, याचा विचार मनुष्याने केला पाहिजे. ज्या संगतीने आत्मोद्धार होईल, अशाच संगतीत राहावे.

ग्रंथवाचन, ध्यानधारणा आणि आत्मचिंतन हीच खरी तपश्चर्या आहे. हेच मनुष्याचे खरे कर्म आहे आणि ते नियमितपणे केलेच पाहिजे. मृत्यूसमयी कोणीही सोबत येत नाही; प्रत्येकाला स्वतःच आपला प्रवास करावा लागतो. लोक केवळ तेरा दिवस शोक करतात; त्यानंतर प्रत्येकजण आपल्या कर्मात व्यस्त होतो.

मृत्यूनंतर मनुष्याला किंमत नसते. जिवंतपणीच आपल्या जीवनाला अर्थ द्यायचा असेल, तर प्रत्येकाने आपल्या आत्म्याचा उद्धार करणे हेच जीवनाचे खरे ध्येय मानावे.

आत्महत्या करणे हे खूप मोठे पाप आहे. मनुष्याने त्याचा विचारही करू नये

ज्या लोकांची मानसिक स्थिती कमकुवत असते, ज्यांची सहनशीलता कमी असते, अशी माणसे अनेकदा आत्महत्येचा विचार करतात. परंतु आत्महत्या हा जीवनाचा शेवटचा मार्ग किंवा सुटकेचा उपाय नाही. आत्महत्या केल्यानंतर त्या आत्म्याला शांती किंवा सुख मिळत नाही; उलट त्याला अधिक दुःख भोगावे लागते, असे शास्त्र सांगते.

जो मनुष्य आत्महत्या करतो, तो अत्यंत भयंकर पापकर्म करतो. अशा व्यक्तीस मृत्यूनंतर मुक्ती मिळत नाही, तसेच पुन्हा मनुष्यजन्मही प्राप्त होत नाही, अशी धारणा आहे. तो आत्मा भूतयोनीत अडकून इकडे-तिकडे भटकत राहतो. त्या आत्म्याला अन्न-पाणी मिळत नाही. नातेवाईक जे मासिक श्राद्ध किंवा अन्नदान करतात, तेवढेच तो ग्रहण करू शकतो, असे मानले जाते.

आत्महत्या करताना ज्या वेदना सहन कराव्या लागतात, त्या वेदना त्या आत्म्याला दररोज अनुभवाव्या लागतात. म्हणून मनुष्याने आत्महत्येचा मार्ग कधीही निवडू नये. जीवनात त्रास होतो, दुःख येते, पण ते धैर्याने सहन करायला शिकले पाहिजे. दुःख हे प्रत्येकाच्या वाट्याला येते, पण प्रत्येक दुःखावर आत्महत्या हा उपाय नाही. ज्यांच्या मनात सतत आत्महत्येचे विचार येतात, त्यांनी दररोज भगवद्गीतेचे वाचन करावे. एक गोष्ट लक्षात ठेवा— आत्महत्या करणाऱ्याला पुन्हा मनुष्यजन्म मिळत नाही, अशी श्रद्धा आहे असे पुराणात सांगितले आहे. तो आत्मा वेगवेगळ्या ठिकाणी भटकत राहतो

आणि त्याचा परिणाम पुढील पिढीवरही होतो. त्या पिढीला दारिद्र्य, क्लेश भोगावे लागतात आणि त्या आत्म्याचे दोष त्यांना लागतात, असे शास्त्रात सांगितले आहे.

म्हणून रागावर नियंत्रण ठेवण्याचा प्रयत्न करावा, मनात सहनशीलता वाढवावी. मृत्यूनंतर कोणीतरी येऊन आपल्या आत्म्याला मुक्ती देईल, असे नाही. आपल्या आत्म्याला मुक्ती देऊ शकते ती फक्त आपली पुण्यकर्मेच. जीवनात दुःख येतात, त्या दुःखांना सामोरे गेले पाहिजे. त्या दुःखांपासून घाबरू नये. दुःखाचा क्षण येतो आणि निघून जातो; त्यातून आपले कर्मभोगही कमी होत जातात.

परंतु आत्महत्या हा पर्याय कधीच निवडू नये. देह हा ईश्वराने आत्मोद्धारासाठी दिलेला असतो; त्या देहाचा नाश करण्यासाठी तो दिलेला नाही. कितीही मोठे दुःख आले, तरी आत्महत्येचा विचार मनुष्याने करू नये. अन्यथा जन्मोजन्मी भटकंती करावी लागते, असा शास्त्रार्थ आहे, आणि मग कोणीही उद्धारासाठी पुढे येत नाही.

म्हणून विचार करा—आत्महत्या करणे हे मुळातच पाप आहे. दुःख आले तर ते भोगून संपवा आणि जीवनाचा उद्धार करा. ही सर्व मोह-माया आहे. हीच मोह-माया मनुष्याला अनेक गोष्टींत अडकवते, त्याचा घात करते, आणि तेच त्याला वेळेवर कळत नाही—की आपण कुठे चुकतो आहोत आणि आपल्या जीवनाचा नाश करत आहोत.

प्रेम म्हणजे काय? प्रेम म्हणजे सुख

प्रेम हे फक्त प्रेम नसून ती एक भक्ती असते. भक्तीमध्ये अपार शक्ती असते आणि भक्तीचेच दुसरे रूप म्हणजे प्रेम. प्रेम देवालाही प्रिय आहे; म्हणूनच देव प्रेमाचा भुकेला आहे. कारण प्रेम हीच खरी भक्ती आहे.

परंतु हल्ली लोक प्रेमाचा चुकीचा अर्थ लावतात. आज 90% लोक सेक्सलाच प्रेम समजतात. प्रत्यक्षात प्रेम म्हणजे भावनिक नातं, मनाचं नातं, एका आत्म्याचं दुसऱ्या आत्म्याशी झालेलं पवित्र मिलन. जसं राधा–कृष्ण, राम–सीता यांचं प्रेम — तो एक अतूट, पवित्र प्रेमाचा धागा आहे.

सेक्स म्हणजे प्रेम नाही.

सेक्स ही शारीरिक गरज आहे, तर प्रेम ही मानसिक आणि भावनिक गरज आहे. प्रेम म्हणजे भावना, समजून घेणं, एकमेकांसाठी तळमळ. एका आत्म्याला झालेला त्रास दुसऱ्या आत्म्याला सहन होत नाही — हेच खरं प्रेम.

एका आत्म्याचं दुःख दुसऱ्या आत्म्याला जाणवतं, दिसतं, भिडतं. प्रेम ही अशी भावना आहे जी एकमेकांना जपते, काळजी घेते आणि सुख-दुःखात साथ देते.

आयुष्यात प्रेम जरूर करावं, पण असं प्रेम करावं की मृत्यूनंतरही ते प्रेम आपल्यासाठी अश्रू ढाळेल. दुर्दैवाने, या कलियुगात असं प्रेम मिळणं फार कठीण झालं आहे.

आज सेक्सच्या नावाखालील आकर्षण सहज मिळतं, पण भावनिक प्रेम दुर्मिळ झालं आहे. म्हणून भावनिक प्रेम जपून ठेवलं पाहिजे. प्रत्येकाच्या भावना, वेदना, आघात समजून घेतले पाहिजेत. समजून घेणं हाच खरा प्रेमाचा धागा आहे. प्रेम करताना हा विचार असला पाहिजे की आपल्या वागण्यामुळे नातं बिघडणार तर नाही ना, दुरावा निर्माण होणार तर नाही ना. म्हणूनच प्रेमाला भक्ती असं म्हटलं जातं.

जिथे प्रेम असतं, तिथे ईश्वरी शक्ती वास्तव करते. आणि जिथे प्रेमाकडे फक्त सेक्सच्या नजरेने पाहिलं जातं, तिथे असुरी शक्ती वावरते.

जिथे खरं प्रेम केलं जातं, तिथे ईश्वर कधीच काही कमी पडू देत नाही, कारण तिथे अधोगती नसते, तर आत्मोद्धार असतो. पण जेव्हा प्रेमाला फक्त शारीरिक सुखाच्या दृष्टीने पाहिलं जातं, तेव्हा अनेक विकार जन्माला येतात आणि तेच विकार माणसाचा घात करतात. म्हणून प्रेम मानसिक पातळीवर केलं पाहिजे. मानसिक प्रेमातूनच पुढे शारीरिक प्रेम जन्माला येतं.

प्रेम हे आकर्षणातून किंवा दिखाव्यातून झालेलं नसावं. ते एका आत्म्यातून जन्मलेलं असावं.

समोरच्या आत्म्याची ओढ वाटली पाहिजे, त्याचं दुःख जाणवलं पाहिजे — तेच खरं प्रेम.

जो माणूस असं खरं प्रेम करतो, त्याच्या आत्म्याचा उद्धार निश्चित आहे. आणि जो या प्रेमाचा घात करतो — म्हणजे फक्त शरीरसुखासाठी प्रेमाचा वापर करून नंतर त्याग करतो — त्याची अधोगती अटळ आहे.

जो माणूस शेवटपर्यंत आपल्या प्रेमाला साथ देतो, कितीही वेदना, दुःख मिळालं तरी त्याच्याशिवाय राहू शकत नाही — तेच खरं प्रेम. तेच प्रेम माणसाचा उद्धार करतं.

वेदनादायी प्रेमामध्ये विकार असतात आणि हे विकार माणसाला खरं प्रेम करू देत नाहीत. म्हणून आपण ठरवायला हवं — आपल्याला खरं प्रेम करायचं आहे की खोटं?

प्रेम हा भावनांचा खेळ आहे, भक्तीचा खेळ आहे. जो एकमेकांच्या आत्म्यातील विचार ओळखतो, तोच खरं प्रेम करू शकतो.

प्रेम करा, खूप करा, सर्वांवर करा — पण त्या प्रेमाचा घात करू नका. कोणाचा गैरवापर करून, फसवून प्रेम करू नका. तर निढळ छातीने, प्रामाणिकपणे, मरेपर्यंत जीवापाड प्रेम करा. असं प्रेम करा की मेल्यानंतरही त्या व्यक्तीच्या विरहाने डोळ्यांतून अश्रू वाहावेत, हृदय धडधडावं — हेच खरं प्रेम आहे...

“मी धर्म मानत नाही,
पण मी माझं काम प्रामाणिकपणे करतो,
त्यामुळे माझी अधोगती होणार नाही.”

“मी धर्म मानत नाही, देवाला मानत नाही; पण मी माझं काम प्रामाणिकपणे करतो.”

हे ऐकायला अगदी बरोबर वाटतं. खरोखरच, कर्म चांगलं असेल तर त्याचा परिणामही चांगलाच होतो. परंतु इथे एक सूक्ष्म सत्य समजून घेणं आवश्यक आहे.

धर्म मानणे म्हणजे फक्त पूजा-पाठ करणे नव्हे, तर ईश्वराचं अस्तित्व मानणे, त्याच्या नियमांप्रमाणे आणि संतांच्या वचनांप्रमाणे आचरण करणे होय. जो मनुष्य या नियमांच्या विरुद्ध वागतो, त्याची अधोगती निश्चित असते.

फक्त कर्म चांगलं असणं पुरेसं नाही; त्या कर्मामागची भावना, नम्रता आणि धर्माधिष्ठित आचरणही तितकंच महत्त्वाचं आहे. आपण चांगलं कर्म करतो, हे खरं आहे; पण ते कर्म चांगलं करण्याची बुद्धी आपल्याला कोण देतो? ती बुद्धी ईश्वरच देतो. म्हणून ईश्वरावर श्रद्धा ठेवणे, त्याची भक्ती करणे आणि संतांच्या मार्गाने चालणे गरजेचे आहे.

आपण चांगलं कर्म का करतो? कारण आपल्याजवळ पुण्याई असते. ही पुण्याई आपल्याला कुठून मिळते? तर धर्माप्रमाणे वागल्यामुळे, सदाचार केल्यामुळे.

ज्याच्याकडे पुण्याई असते, तोच उत्तम कर्म करू शकतो. पण जोपर्यंत पुण्य शिल्लक आहे, तोपर्यंतच हे शक्य असतं. पुण्य संपल्यावर माणसात काम, क्रोध, मोह, लोभ, मत्सर आणि अहंकार असे विकार प्रवेश करतात.

धर्माप्रमाणे, संतांच्या वचनांप्रमाणे आणि ईश्वराच्या नियमांप्रमाणे वागणारा मनुष्य या विकारांपासून दूर राहतो. कारण केवळ चांगल्या कर्मातूनही कधी कधी मोह आणि अहंकार निर्माण होतो, आणि हाच अहंकार शेवटी अधोगतीला कारणीभूत ठरतो. मोह, अहंकार आणि विकार दूर करायचे असतील, तर संतांच्या वचनांप्रमाणे वागणं आणि देवावर परम विश्वास ठेवणं आवश्यक आहे. धर्मानुसार आचरण केलं आणि कर्मही उत्तम केलं, तर मनुष्याचा उद्धार निश्चित होतो.

“ मी आई- वडिलांची सेवा करतो, पत्नी- मुलांचं पालनपोषण करतो, मुलांना शिक्षण देतो; पण देवाला मानत नाही”—हे कर्म फक्त संसारापुरतं आहे.

ईश्वरप्रित्यर्थ केलेलं कर्म वेगळं असतं. ज्याने आपल्याला मानवदेह दिला, त्या ईश्वराच्या नियमांप्रमाणे वागणं आणि त्याची भक्ती करणं हेच या देहाचं खऱ्या अर्थाने सार्थक आहे. माणूस आपल्या कुटुंबाची जबाबदारी पार पाडून त्यांच्या ऋणातून मुक्त होऊ शकतो; पण ईश्वराच्या ऋणातून तो कधीच मुक्त होऊ शकत नाही. ईश्वराचं ऋण फेडायचं असेल, तर धर्माप्रमाणे आणि संतांच्या वचनांप्रमाणे वागणं आवश्यक आहे.

जो मनुष्य संसाराची गाडी नीट चालवतो, पण धर्म मानत नाही, देवाला मानत नाही, त्याची अधोगती या जन्मात नाही तर पुढच्या जन्मात होण्याची शक्यता असते. म्हणून ईश्वराची पूजा, भक्ती आणि स्मरण आवश्यक आहे.

आईच्या पोटात आपलं संरक्षण झालं, मानवदेह प्राप्त झाला—हे सर्व ईश्वराचं आणि संतांचं ऋण आहे.

जो मनुष्य हे ऋण न मानता मनमानी वागतो, तो विकारांमध्ये अडकतो आणि त्याची अधोगती अटळ होते.

जोपर्यंत पुण्य शिल्लक आहे, तोपर्यंत संसार सुरळीत चालतो; पण पुण्य संपल्यावर माणसाच्या हातात काहीच राहत नाही. पुण्य देण्याचं सामर्थ्य फक्त ईश्वराकडे आहे.

चांगल्या कर्माचं पुण्य मिळतंच, पण धर्मानुसार वागून आणि ईश्वराची भक्ती करून अधिक पुण्य प्राप्त होतं—हे लक्षात ठेवा. फक्त मुलाबाळांचं पालनपोषण करणं म्हणजेच धर्म नाही. संतांच्या मार्गाने चालून आपल्या विकारांना जाळून टाकणं हेही आपलं कर्तव्य आहे, आणि हेच कर्म आपला खरा उद्धार करतं. मृत्यूनंतर आपण ज्यांचा सांभाळ केला, ते आपला उद्धार करणार नाहीत. काही दिवस दुःख व्यक्त करतील आणि पुढे विसरतील. पुढचा प्रवास ईश्वराच्या हातात असतो. म्हणूनच ईश्वराला मानणं, त्याचं भजन-पूजन करणं आणि धर्ममार्गाने चालणं अत्यावश्यक आहे.

धर्म आणि कर्म दोन्ही एकत्र असतील, तरच जीवन आणि मृत्यूनंतरचा प्रवास मंगल होतो.

प्रत्येकाने प्रत्येकाला सांभाळून घ्यावे, तरच जीवनाची रहाटगाडी सुरळीत चालते

सकाळी ध्यानाला बसले असता दत्त महाराजांनी या विषयावर चिंतन करायला सांगितले. आपले जीवन क्षणभंगुर आहे. मृत्यू कधी येईल हे आपण सांगू शकत नाही. त्यामुळे राग, द्वेष, मत्सर यामध्ये अडकून आपण पापाची भागीदारी बनू नये. माणसाने माणसाशी प्रेमाने वागावे.

सुनेने सासूला सांभाळून घ्यावे, सासूने सुनेला सांभाळून घ्यावे. नवरा-बायकोने एकमेकांना सांभाळून घ्यावे. मित्राने मित्राला सांभाळून घ्यावे.

जर प्रत्येक माणसाने एकमेकांना सांभाळून घेतले, तर भांडण-तंटे होत नाहीत. कारण भांडण करून काय मिळते? मानसिक त्रास, मनस्ताप आणि आजूबाजूच्या नकारात्मक शक्ती आपल्याला घेरतात. त्यामुळे एकमेकांना सांभाळून घेऊनच जीवन जगावे. **"मीच मोठा आहे, मीच शहाणा आहे"** हा अहंकार बाजूला ठेवावा. या जगात कोणीही परिपूर्ण नाही. प्रत्येक माणसामध्ये काही ना काही दोष असतातच. त्या दोषांसह एकमेकांना स्वीकारून जीवन जगायला शिकावे.

तुम्ही म्हणाल— एखादी बाई व्यभिचारी किंवा भांडखोर असेल, तर तिलाही सांभाळून घ्यायचे का? एखादा नवरा चरित्रहीन असेल, तर त्यालाही सांभाळून घ्यायचे का?

होय, सांभाळून घ्यायचेच. कारण आपण तसे केले नाही, तर वाद-विवाद वाढतात. त्यांना समजावून सांगायचे; पण त्यांचे कर्म त्यांच्या मागे असते. कधीतरी ईश्वर त्यांना त्यांच्या कर्माची शिक्षा देतोच. ज्या दिवशी त्यांना कर्मफळ मिळते, त्या दिवशी ते आपोआप माफी मागतात आणि नम्र होतात.

म्हणून राग, द्वेष, मत्सर करण्यापेक्षा प्रेमाने वागण्याचा प्रयत्न करावा.

तुम्ही म्हणाल— **"कुत्र्याची शेपटी वाकडीच असते, ती सरळ कशी करणार?"**

खरं आहे. वाकड्या माणसाला आपण सरळ करू शकत नाही. पण जर आपण त्याच्या नादी लागलो नाही, तर तो आपल्याला त्रास देऊ शकत नाही. वाकड्या माणसापासून दहा फूट अंतर ठेवलं, तर वाद-विवाद होणारच नाही.

जे लोक द्वेष, मत्सर करतात, कपटी आणि दुटप्पी असतात, अशा लोकांपासून दूर राहावे. त्यांच्याशी वाद घालून आपला मनस्ताप वाढवू नये. जे लोक समजूतदार असतात, त्यांना समजून घ्यावे आणि त्यांच्या थोड्याफार चुका माफ कराव्यात. त्यामुळे आपल्या सद्गुणांची वाढ होते.

एकमेकांनी एकमेकांना सांभाळून घेतले, तर घर-परिवार सुखी राहतो आणि आपले सद्गुणही वाढतात. जे लोक वाद घालतात, त्यांच्याशी वाद घालू नये. आपण शांत राहावे. सुरुवातीला ते लोक आपल्याला त्रास देण्याचा प्रयत्न करतील, पण ईश्वर योग्य वेळी त्यांना दणका देऊन गप्प करतो.

म्हणून प्रत्येकाने एकमेकांना सांभाळून घेत ही जीवनाची रहाटगाडी उत्तम रीतीने चालवावी. या जगात जे लोक आपल्याला भेटतात, ते ऋणानुबंधातूनच भेटतात. म्हणून कोणावरही सत्ता किंवा वर्चस्व गाजवण्याचा प्रयत्न करू नये. अन्यथा ईश्वर दणके दिल्याशिवाय राहात नाही.

एकमेकांना सांभाळून घ्या— प्रेम, संयम आणि समजूतदारपणाने

सिद्धी म्हणजे काय? कोणकोणत्या सिद्धी असतात आणि त्या कशा वापरायच्या?

सिद्धी ही एक ईश्वरी शक्ती असते. या ईश्वरी शक्तींमुळे मनुष्याच्या काही मनोकामना पूर्ण होऊ शकतात. परंतु या शक्तींचा उपयोग लोककल्याणासाठी करावा, लोकांचे अहित करण्यासाठी कधीही करू नये. जितका अधिक आपण या शक्तींचा वापर करतो, तितकी आपली पुण्याई हळूहळू कमी होत जाते. म्हणूनच देवाकडून कोणतीही सिद्धी मागू नये.

सिद्धी म्हणजे मोहाचा एक बाजारच आहे. या सिद्धी माणसाला वेगवेगळ्या गोष्टी देऊन त्याच्या मनात मोह निर्माण करतात. असा मोह निर्माण होतो की माणसाला त्यातून बाहेर पडणे अत्यंत कठीण होते. दत्तसिद्धी, महालक्ष्मी सिद्धी, सप्तऋषी सिद्धी, श्रीविष्णू सिद्धी, वाक्सिद्धी अशा अनेक सिद्धी आहेत. त्यांच्या सर्व नावांचा उल्लेख येथे करणे शक्य नाही.

लक्ष्मी सिद्धी माणसाच्या आर्थिक अडचणी दूर करते.

दत्तसिद्धी काळी जादू, चेडे-चेटके दूर करते तसेच मनातील नकारात्मक ऊर्जा नष्ट करते आणि वाईट विचार कमी करते.

सप्तऋषी सिद्धी सप्तऋषींचे संरक्षणकवच तयार करते.

विष्णू सिद्धी माणसाच्या मनातील विकार हळूहळू कमी करते आणि अध्यात्माची ओढ निर्माण करते.

काही सिद्धी अशा असतात की त्या समोरच्या माणसाच्या मनातील भावना ओळखू शकतात.

वाक्सिद्धी अशी असते की माणूस जे बोलतो ते खरे ठरते, तसेच घडते. परंतु काही सिद्धी अत्यंत घातकही असतात. त्या माणसाचे प्राणही घेऊ शकतात, तर काही सिद्धीमुळे समोरचा माणूस वश होतो. म्हणूनच देवाकडून कधीही सिद्धी मागू नयेत. देव कधी कधी वेगवेगळ्या सिद्धी देऊन माणसाची परीक्षा घेतो आणि मोह निर्माण करतो. देवाकडून फक्त भक्ती आणि नामस्मरण एवढेच मागावे. कारण मनुष्य मृत्यूनंतर या सिद्धी सोबत घेऊन जात नाही. तो फक्त आपल्या कर्मांचे—पाप-पुण्याचे गाठोडेच घेऊन जातो.

म्हणून देवाकडे एवढेच मागावे— **"देवा, तूच मला पाहिजे आहेस. तूच मला हवायस. यापलीकडे मला काही नको."**

जरी एखाद्या साधकाला सिद्धी प्राप्त झाल्या तरी त्याची पुण्याई हळूहळू कमी होत जाते आणि पुढे त्याची अधोगती सुरू होते. कारण या सिद्धी माणसाच्या मनात विकार निर्माण करतात, अहंकार वाढवतात आणि हाच अहंकार शेवटी माणसाचा घात करतो.

म्हणून सिद्धी न मागता, देवाकडून फक्त देवच मागावा—हीच खरी साधना आणि खरी भक्ती आहे.

सिद्धी कशी प्राप्त होते आणि सिद्धीचा दुष्परिणाम काय आहे?

सिद्धी प्राप्त करण्यासाठी सर्वप्रथम सद्गुरूंची कृपा आवश्यक असते. सद्गुरूंनी जो मंत्र दिलेला असतो, त्या मंत्राचा साधारणतः १० ते १२ कोटी जप पूर्ण झालेला असावा लागतो. त्यानंतरच सिद्धी प्राप्त होते. सिद्धी मिळण्यासाठी ध्यानधारणा अत्युच्च दर्जाची असणे गरजेचे आहे. ध्यानाच्या अवस्थेत वेगवेगळे दृश्य दिसणे किंवा देवतांचे दर्शन होणे हे पूर्णपणे थांबलेले असावे. तूर्य अवस्थेतच सिद्धी प्राप्त होते. या अवस्थेत प्रत्येक देव-देवता ध्यानातून साधकाला मार्गदर्शन करतात व सिद्धी प्रदान करतात. काही वेळा देवता दहा, वीस किंवा तीस मंत्र देतात. त्या मंत्रांचा नियमित जप केल्यास संबंधित देवतेची सिद्धी प्राप्त होते. काही सिद्धी सात्त्विक असतात तर काही तामसिक असतात. सात्त्विक सिद्धी – श्रीविष्णू भगवान, दत्तगुरू, दुर्गामाता यांच्याकडून प्राप्त होतात.

तामसिक सिद्धी – कामाख्या देवी, महाकाली माता, कालभैरव, बगलामुखी देवी, त्रिपुरा सुंदरी देवी यांच्याकडून प्राप्त होतात. परंतु सिद्धीचा स्वार्थासाठी वापर केल्यास त्या सिद्धीची पुण्याई हळूहळू कमी होत जाते व नष्ट होते. मात्र सिद्धीचा वापर लोककल्याणासाठी, लोकांचे दुःख दूर करण्यासाठी केला, तर देव- देवतांची कृपा अधिकाधिक प्राप्त होते.

तथापि, या सिद्धी म्हणजे देवाने दिलेली खेळणी आहेत. या खेळण्यांमध्ये जर आपण अडकून पडलो, तर आपली आध्यात्मिक प्रगती थांबते आणि ईश्वरप्राप्तीचा मार्ग खुंटतो. म्हणून देवाकडे कधीही सिद्धी मागू नये.

सिद्धीचे दुष्परिणाम असे की, सिद्धी मिळाल्यानंतर माणसात अहंकार निर्माण होतो. अहंकारामुळे द्वेष, मत्सर वाढतो. कधी कधी साधक आपल्या गुरूंनाच कमी लेखण्याचा प्रयत्न करतो. सिद्धी प्राप्त झालेल्या व्यक्तीजवळ यक्षिणी, डाकिनी, शाकिनी यांचा वावर सुरू होतो.
पुरुष साधकांना सौंदर्याच्या मोहात अडकवले जाते, तर स्त्रियांना असामान्य सौंदर्य प्राप्त होते. पण त्या सौंदर्यामुळे स्त्रियांमध्ये गर्व निर्माण होतो आणि त्या स्वतःला देवता किंवा देवी समजू लागतात. परिणामी त्यांची आध्यात्मिक प्रगती थांबते. हळूहळू असे साधक वाममार्गाकडे वळतात.

ज्यांना भरपूर सिद्धी प्राप्त झालेल्या आहेत, त्यांनी त्या सिद्धी आपल्याजवळ ठेवाव्यात, पण त्यांचा गैरवापर करू नये. त्याऐवजी त्या सिद्धींचा उपयोग आध्यात्मिक प्रगतीसाठी करावा. ज्या मंत्रांद्वारे सिद्धी प्राप्त झाली आहे, त्या मंत्रांचा उपयोग आत्मोद्धारासाठी करावा. दत्तगुरूंच्या मंत्रांचा उपयोग दत्तगुरूंना प्राप्त करण्यासाठी करावा. **"देवा, तू माझा आहेस आणि मी तुझा आहे"** हा भाव मनात ठेवावा. सिद्धींचा उपयोग ईश्वरप्राप्तीसाठी केल्यास ईश्वराचे साक्षात दर्शन होऊ शकते आणि मोक्षप्राप्तीही संभवते.

सिद्धी हा ईश्वराचा एक खेळ आहे. या खेळात कधीही अडकू नये. त्याऐवजी सद्गुरूंची सेवा करावी, त्यांच्या वचनांप्रमाणे आचरण करावे.

"देवा, तू माझा आणि मी देवाचा" हा भाव मनात ठेवून भक्ती करावी. देव सिद्धी देऊन आपली परीक्षा घेत असतो. त्या सिद्धींचा वापर करायचा की त्या सिद्धी देवाला अर्पण करायच्या, हे आपणच ठरवायचे असते.

प्रत्येक सिद्धी साधारणतः बारा वर्षांच्या कठोर तपस्येनंतर प्राप्त होते. बारा वर्षे निष्ठेने साधना केल्यानंतर विविध सिद्धी मिळतात. सिद्धी प्राप्त होणे ही काही मामुली गोष्ट नाही. त्यासाठी प्रचंड तपस्या आवश्यक असते. म्हणून सिद्धींचा उपयोग आत्मोद्धारासाठी व ईश्वरप्राप्तीसाठीच करावा, हे सदैव लक्षात ठेवावे.

कर्णपिशाच अप्सरा साधना सामान्य मनुष्याने करू नये; अन्यथा जीवनाचे वाटोळे होते

कर्णपिशाच अप्सरा साधना ही एक तांत्रिक साधना असून, या साधनेत वातावरणातील डाकिनी, शाकिनी व अप्सरा यांना आवाहन केले जाते. या अप्सरा अत्यंत सुंदर दिसतात—गोरेपान, कमनीय बांधा, घारे डोळे आणि कमरेपर्यंत लांब, रेशमी केस. त्यांच्या सौंदर्यामुळे साधक पूर्णपणे मोहात अडकतो.

या अप्सरा साधकाकडून प्रामुख्याने शारीरिक संबंधांची अपेक्षा करतात. जोपर्यंत साधक त्यांना संतुष्ट ठेवतो, तोपर्यंत त्या त्याला जीवनातील अनेक भौतिक गोष्टी देतात— पैसा, गाडी, बंगला, कामातील यश, तसेच राजकारणातील यशही. मात्र, एकदा का साधक त्यांच्या विरोधात गेला, तर त्या त्याचे जीवन पूर्णपणे उद्ध्वस्त करतात. अशा वेळी मृत्यू अटळ ठरतो आणि मृत्यूशिवाय त्यांच्यापासून सुटका होत नाही.

सुरुवातीला या अप्सरा अत्यंत सुंदर भासतात, त्यामुळे पुरुष लगेच त्यांच्या जाळ्यात अडकतो. परंतु तीन-चार महिन्यांनंतर त्यांचे खरे, भीषण रूप दिसू लागते आणि तेव्हा साधक भयभीत होतो. वास्तविक, या अप्सरा म्हणजे डाकिनी, शाकिनी आणि तांत्रिक अप्सरा असतात. जशा देव लोकातील मेनका, उर्वशी इत्यादी अप्सरा असतात, तशाच या साधनेतील अप्सरा असतात.

ही साधना साधारणतः ४२ दिवसांची असते. ही साधना स्त्रियांनी कधीही करू नये. ही साधना जंगलात किंवा स्मशानात करावी लागते. सुरुवातीच्या दहा- बारा दिवसांत साधकाला बांगड्यांचे, पैंजणांचे

आवाज ऐकू येतात. त्यानंतर ती अप्सरा आपले रूप दाखवायला सुरुवात करते.

ही साधना करणाऱ्यांनी त्या अप्सरांना 'प्रेमिका' न म्हणता 'आई' म्हणून संबोधावे. 'आई' म्हणून संबोधल्यास त्यांच्याकडून ईश्वरप्राप्तीचा मार्ग मागावा; त्या योग्य मार्गदर्शन करतात. परंतु जर त्यांना ' प्रेमिका' म्हटले, तर त्या साधकाचा घात करतात. एक महत्त्वाची गोष्ट लक्षात घ्या—या अप्सरांना जिवंत मांसाहार लागतो, म्हणजेच कच्चे मांस. जिवंत कोंबडा, शेळी किंवा मेंढी यांचा बळी देऊन त्यांना दर दोन दिवसांनी संतुष्ट ठेवावे लागते. जर त्यांची इच्छा अतृप्त राहिली, तर त्या साधकावर जीवघेणा हल्ला करतात.

म्हणूनच अशा साधनांच्या मागे न लागता दुर्गा माता, दत्तगुरू, श्रीकृष्ण, भगवान श्रीराम प्रभू अशा सात्विक देव-देवतांची साधना करावी. या देवता कोणतेही नुकसान करत नाहीत, उलट भक्ताचा उद्धार करतात. कर्णपिशाच अप्सरा साधना केल्यास मात्र अधोगती निश्चित होते.

सर्वांत गंभीर बाब म्हणजे—जर अशी साधना करताना मृत्यू आला, तर पिशाच योनी प्राप्त होते. आत्मा भूत बनून इकडे-तिकडे भटकत राहतो आणि पुन्हा मनुष्यजन्म मिळत नाही. या कर्णपिशाच अप्सरा साधना केवळ उच्च कोटीच्या, अनुभवी सद्गुरूंच्या मार्गदर्शनाखालीच कराव्यात. फक्त फेसबुक, यूट्यूब किंवा गुगलवर वाचले म्हणून अशा साधना करणे म्हणजे निव्वळ मूर्खपणा आहे.

माझ्या मते, पुरुषांनी या साधनांच्या भानगडीत पडूच नये. या साधनांमुळे तात्पुरता पैसा व आनंद मिळतो, पण आयुष्य पूर्णपणे उध्वस्त होते. त्यामुळे शहाण्या माणसाने आपले शहाणपण अशा

साधनांत न घालवता ईश्वरभक्ती, नामस्मरण आणि सात्विक जीवनात गुंतवावे व आपल्या जीवनाचा खरा उद्धार करून घ्यावा.

सात्विक, राजसिक व तामसिक देवता कोणत्या? मोक्ष देणारी देवता कोणती?

सात्विक देवतांमध्ये श्रीकृष्ण भगवान, श्रीराम प्रभू, श्रीविष्णु भगवान, दत्तगुरू, शिवमहादेव व दुर्गामाता यांचा समावेश होतो.

राजसिक देवतांमध्ये महालक्ष्मी माता, सरस्वती माता व गणपती बाप्पा या देवता येतात.

तामसिक देवतांमध्ये महाकाली माता, कालभैरव, बगलामुखी, त्रिपुरा सुंदरी, भैरवी व कामाख्या या देवता मानल्या जातात.

सात्विक देवता या मोक्ष प्रदान करणाऱ्या देवता असतात. म्हणून प्रत्येक मनुष्याने सात्विक देवतेची श्रद्धेने पूजा-अर्चा करावी.

राजसिक देवता या प्रपंचाशी संबंधित फल देतात. जसे—महालक्ष्मी माता धन व सौभाग्य देतात, सरस्वती माता विद्या व उत्तम बुद्धी प्रदान करतात. या देवता संसारासाठी सहाय्य करतात; परंतु थेट मोक्ष देत नाहीत.

तामसिक देवता देखील संसारिक सुख देऊ शकतात; मात्र त्या मोक्ष प्रदान करत नाहीत. काही तांत्रिक साधक आपली साधना वाढवण्यासाठी किंवा भूत- प्रेत, नकारात्मक शक्तींवर नियंत्रण मिळवण्यासाठी तामसिक देवतांची उपासना करतात.

भूत- खेते काढणे किंवा वाईट शक्ती दूर करण्याचे कार्य तामसिक देवतांशी संबंधित मानले जाते. परंतु तामसिक देवतांची भक्ती केली तरी त्या मोक्ष देत नाहीत.

जर तामसिक देवतांची पूजा सात्विक वृत्तीने केली, तर त्या साधकाला पुन्हा मनुष्यजन्म देतात, तोही चांगल्या कुळात. एक गोष्ट लक्षात ठेवा—सर्व देवतांना आपल्या भक्ताचे कर्म शुद्ध हवे असते.

जर मनुष्य वाईट कर्म करतो, तर देवसुद्धा त्याला त्याच्या कर्माचे फळ देतात. राजसिक व तामसिक देवतांची भक्ती केल्यास पुन्हा मनुष्यजन्म प्राप्त होतो.

परंतु जर तामसिक देवतांचा उपयोग काळी जादू, तांत्रिक प्रयोग किंवा भूत-प्रेतांना वश करण्यासाठी केला, तर त्या साधकाला पुन्हा मनुष्यजन्म मिळत नाही; मृत्यूनंतर तो पिशाच किंवा भूत योनीत भटकत राहतो, असे मानले जाते.

मात्र तामसिक व राजसिक देवतांची भक्ती मनापासून, सद्भावनेने केली, तर त्या देवता भक्ताला चांगल्या कुळात मनुष्यजन्म देतात.

सात्विक देवता या साधकातील सर्व अवगुण दूर करून त्याला सात्विक बनवतात. अशा साधकाला स्वर्गलोकात स्थान किंवा मृत्यूनंतर मोक्षाची प्राप्ती करून देतात.

सात्विक देवतेची खरी पूजा-अर्चा करण्यासाठी अनेक जन्मांची साधना लागते. त्यानंतर त्या आत्म्याला मोक्ष प्राप्त होतो.

प्रत्येक मनुष्याने कोणत्याही देवाची भक्ती करावी; पण आपले कर्म नेहमी चांगले ठेवावे. त्यामुळे त्या देवतेचा आशीर्वाद मिळून पुढचा जन्म चांगला होईल किंवा मोक्षाची प्राप्ती होईल.

शेवटी एकच सत्य आहे—देव सर्व एकच आहेत, फक्त त्यांची कार्ये वेगवेगळी आहेत.

आध्यात्मिक स्त्रिया कशा असतात?

आध्यात्मिक स्त्रिया पूर्णपणे देवाशी समरस आणि एकरूप झालेल्या असतात. त्या आपला संसार आणि परमार्थ दोन्ही सांभाळतात. या स्त्रिया मागच्या जन्मात सिद्ध योगिनी होत्या आणि या जन्मात त्यांचा उद्देश मोक्ष प्राप्त करणे असतो. त्या संसार आणि परमार्थ दोन्ही उत्तम रीतीने करतात.

या स्त्रियांना पुरुषांच्या आकर्षणाची अपेक्षा नसते; त्यांना फक्त देवाची आणि धर्माची भक्ती असते. धर्मानुसार वागण्याची त्यांना सखोल माहिती असते. या स्त्रिया वेगवेगळ्या प्रकारच्या दुर्गा, महाकाली साधना करतात आणि दत्तगुरूंची भक्तीही करतात. विशेषतः, त्या महाकालीला दुर्गा मातेच्या रूपात पाहतात.

या स्त्रियांना आध्यात्मिक साधनेची सर्व तांत्रिक माहिती असते आणि त्यांना विविध प्रकारच्या सिद्धी प्राप्त असतात. त्यांना पारंपारिक वेशभूषा आणि अलंकार आवडतात. त्यांच्या शुक्र प्रभावामुळे त्या आकर्षक, सुंदर आणि गोऱ्या दिसतात. चेहऱ्यावर तेज असते, जे त्या साधनेद्वारे निर्माण करतात.

या स्त्रियांकडे वेगवेगळे मंत्र असतात. त्या साधनेतून विविध देवतांकडून मंत्र घेऊन आपली साधना करतात. मात्र, सकाळी देवपूजा करणे, देवळात जाणे किंवा ग्रंथ वाचन करणे हाच अध्यात्मिक स्त्रियांचा उद्देश नसतो त्या कठोर साधना करणाऱ्या असतात. दिसायला साध्या असल्या तरी त्यांची साधना उच्च कोटीची असते.

मंत्र शक्ती आणि दिव्य सामर्थ्य

या स्त्रियांना मंत्रशक्तीचे ज्ञान चांगले असते. त्यांच्याभोवती दैविक शक्ती वास करते. भक्तीद्वारे त्या देवाशी इतक्या एकरूप होतात की ईश्वर त्यांच्याशी ध्यानाद्वारे संवाद साधतो. वेगवेगळे ऋषी, योगी, सिद्ध पुरुष, संत आणि महात्मे त्यांच्याशी ध्यानातून संवाद साधतात. या स्त्रिया ध्यान धारणेत अव्वल असतात.

पुरुषांबाबत दृष्टिकोन

या स्त्रिया पुरुषांच्या प्रेमाच्या जाळ्यात पडत नाहीत. त्या श्रीकृष्ण भगवंताला आपला प्रिय सखा मानतात. पुरुषांनी या स्त्रियांकडे आकर्षित होण्याचा प्रयत्न करणे योग्य नाही. मात्र, मैत्री करून त्यांच्याकडून आध्यात्मिक मार्गदर्शन घेणे खूप उपयुक्त ठरते.

गुरु आणि परमार्थ

या स्त्रियांना त्यांच्या गुरूंमुळे आध्यात्मिक मार्गदर्शन उत्तमरीत्या करता येते. त्या संसार करतात, पण त्यांचा कल अधिकतर परमार्थाकडे असतो. संसार करताना त्या आपला परमार्थ साधतात. मुलं, बाळ, नवरा यांची काळजी घेऊनही त्या आध्यात्मिक साधना करतात.

सहनशीलता आणि समाजातील कटकारस्थान त्यामुळे या स्त्रियांना समाजामध्ये मानहानी, त्रास आणि संकटं सहन करावी लागतात. त्यामुळे त्यांच्यात अत्यंत सहनशीलता असते. ज्या घरांमध्ये त्या साधना करतात, त्या घरातील ४२ पिढ्यांचा उद्धार होतो – २१ पिढ्या माहेरच्या आणि २१ पिढ्या सासरच्या.

या स्त्रियांजवळ नकारात्मक शक्ती येत नाहीत. कलियुगाचा कली देखील त्यांना घाबरतो. त्यांना दुर्गादेवी, महाकाली, कामाख्या देवी,

दत्तगुरू आणि सप्तऋषींच्या कृपादृष्टीचा अनुभव प्राप्त असतो. दुर्गा माता अदृश्य रूपात त्यांच्या घरात वास्तव करून त्यांना मार्गदर्शन करते, संसार आणि परमार्थ उत्तम करवून घेते.

साधेपणा आणि कडवटपणा

या स्त्रिया साध्या, भोळ्या दिसत असल्या तरी मन:शक्ती आणि साधनेत एक नंबर असतात. खोटेपणा, लंपटपणा किंवा वाईट वर्तन त्यांच्यासमोर टिकत नाही. त्या या गोष्टींमुळे व्यक्तीला योग्य मार्ग दाखवतात.

संरक्षण आणि तंत्रविद्या

या स्त्रियांकडे उच्चस्तरीय तंत्रविद्या असते. दुर्गादेवीची शक्ती त्यांच्या शरीरात वास्तव करते आणि त्यांचं पूर्ण संरक्षण करते. त्यामुळे त्या पुरुषांच्या आकर्षणाच्या किंवा प्रेमाच्या जाळ्यात पडत नाहीत. अशा आध्यात्मिक स्त्रिया आपल्या नशिबातील व्यक्तींचे जीवन सुवर्ण करतात. त्यांच्यावर कोणी अन्याय केल्यास किंवा वाईट दृष्टीने त्यांच्या कडे पाहिल्यास देवदेवतांमार्फत योग्य शिक्षा मिळते.

मार्गदर्शन

अशा स्त्रियांपासून सामान्य माणसांनी आध्यात्मिक धडे घ्यावेत, पण त्यांच्या मार्गात अडथळे आणू नयेत. त्यांच्याजवळ तंत्रविद्या आणि मंत्रशक्ती असल्यामुळे कोणत्याही प्रतिकूल परिस्थितीतही त्यांना मदत मिळते.

एक माता, बहीण किंवा मैत्रिण म्हणून अशा स्त्रियांकडे आदराने आणि भक्तीने पाहावे; त्यांच्या शक्तीमुळे जीवनात कल्याण घडते.

अध्यात्मिक पुरुष कसे असतात?

आध्यात्मिक पुरुष म्हटलं, तर हे पुरुष शिव महादेव, महाकाली माता, दुर्गा माता आणि श्रीकृष्ण यांचे खूप भक्त असतात. त्यांची भक्ती उच्च कोटीची असते. या साधकांना शंकर महादेव आणि श्रीकृष्ण यांचे प्रचंड प्रेम असते. शंकर महादेव हे त्यांचा जीवसृष्टीसारखे प्रिय असतात. तसेच हे पुरुष देवतांची उपासना करतात. दिसायला हे साधक उंच, गोरेपान असलेले किंवा सडसडीत बांध्यांचे असतात. काही काळे असले तरी त्यांच्या चेहऱ्यावर तेजस्वी दैवी शक्ती प्रकट होते. या पुरुषांकडे प्रचंड दैवी शक्ती असल्यामुळे स्त्रीसंग सोडून दुसऱ्या स्त्रीकडे त्यांच लक्ष जात नाही. जर हे पुरुष विवाहित असले, तरी त्यांना पत्नी व्यतिरिक्त इतर स्त्रिया मातेसमान दिसतात.

परस्त्री ही त्यांच्यासाठी दुर्गा आईसारखी असते.

या पुरुषांना फक्त भक्तीची प्रचंड वेड असते. त्यांना सर्व सिद्धी प्राप्त असतात, पण ते त्यांचे ज्ञान व सिद्धी लोकांसमोर दाखवत नाहीत. लोकांसमोर हे साधक साधे आणि भोळे दिसतात, परंतु त्यांच्या सान्निध्यात आलेली व्यक्तीला ते जीवनाचा अमूल्य अनुभव देतात. या पुरुषांकडे अफाट ज्ञान आणि शक्ती असते. ध्यानाद्वारे ते प्रत्येक गोष्टीचे आकलन करून जगास त्याचे ज्ञान वाटतात. हे पुरुष ज्ञानी, हुशार आणि संसार करून परमार्थ साधणारे असतात. खरं तर, बरेचदा हे पुरुष संन्यासी असतात.

स्त्री समोर असतानाही, हे पुरुष बघायची हिंमत दाखवत नाहीत.

इतकी त्यांच्यात दैवी शक्ती उच्चस्तरीय असते. ते शांत, संयमी स्वभावाचे असतात. अगदी कली किंवा प्राणी त्यांच्या समोर फिरत असला तरी त्यांना त्याचा स्पर्शही होत नाही. या पुरुषांकडून घेतलेला कुठलाही दैवी उपाय तत्काळ फळ देतो. जर हे पुरुष गुरु बनले, तर त्यांचा शिष्य मोक्षाच्या मार्गावर मार्गक्रमण करतो.

शिव महादेवांचे गण, या साधकांचे रक्षण करतात; काही वेळा अदृश्य स्वरूपात दहा दहा गण त्यांचे संरक्षण करतात. या पुरुषांना स्त्रियांचे आकर्षण नसते; स्त्रियांना ते दुर्गा आईच्या रूपात पाहतात. त्यांचे एकमेव ध्येय म्हणजे मंत्राद्वारे जास्तीत जास्त ईश्वरी शक्ती प्राप्त करणे.

आध्यात्मिक स्त्रिया आपल्या दैवी शक्तीचा वापर संसारासाठी करतात, परंतु आध्यात्मिक पुरुष दैवी शक्ती लोक कल्याणासाठी आणि योग्य मार्ग दाखवण्यासाठी वापरतात. योग्य गुरु मिळाल्यास, सामान्य पुरुष देखील पंधरा-सोळा वर्षांच्या साधनेने आध्यात्मिक पुरुष होऊ शकतो.

या पुरुषांकडे अप्सरा जवळ आल्या तरी त्यांचे मन डगमग होत नाही, कारण त्यांची शक्ती उच्चस्तरीय आहे. त्यांना अभद्र बोललं किंवा टिंगल टवाळी केली, तर योग्य शिक्षा होते.. हे पुरुष फक्त आत्मानंद आणि ईश्वर भक्तीत गुंतलेले असतात. भक्ती म्हणजे भक्ती, ईश्वर म्हणजे ईश्वर, मुक्ती म्हणजे मुक्ती – हे सर्व अनुभव ते प्रत्यक्षात घेतात.

या पुरुषांशी साक्षात महादेव, दत्तमहाराज, श्रीकृष्ण भगवान समोरासमोर येऊन संवाद करतात.

त्यांच्या संगतीमध्ये आलेली व्यक्ती जीवनात अमूल्य अनुभव घेते. परंतु असे आध्यात्मिक पुरुष मिळणे फार कठीण आहे.

जर एखाद्याला अध्यात्मिक पुरुष व्हायचे असेल, तर साधना हेच एकमेव मार्ग आहे.

तामसिक साधनेतून सात्विक साधनेकडे साधक कसा पोहोचतो?

प्रथम, मनुष्य हा मानव देह घेऊन जन्म घेतो आणि सुरुवातीला नास्तिक असतो. नास्तिक असताना देखील तो आपले कर्म चांगल्या प्रकारे करतो. देव किंवा धर्म त्याला मान्य नसतो.

यानंतर, पुढच्या जन्मात त्याला तामसिक देवतेची भक्ती मिळते. तो तंत्रविद्या करतो, पण ती तंत्रविद्या केवळ लोकांचे कल्याण करण्यासाठी असते; तो कोणाचं नुकसान करत नाही. तंत्रविद्येद्वारे तो लोकांची मदत करतो, आपले कर्म उत्तम करतो, गरिबांना मदत करतो आणि तामसिक देवतेची भक्ती करून दैविक शक्ती प्राप्त करतो.

त्यानंतर, साधकाला राजसिक देवतेची भक्ती करण्याची संधी मिळते. गणपती बाप्पा, महालक्ष्मी माता, महाकाली माता, सरस्वती माता यांची भक्ती तो मनापासून, निष्काम भावनेने करतो. या भक्तीत त्याचे अंतःकरण पूर्णपणे मग्न असते; तो देवाशिवाय काहीही मागत नाही. अशा भक्तीमुळे त्याची पुण्याची वाढ होते.

यानंतर, साधकाला सात्विक देवतेची भक्ती करण्याची वृत्ती प्राप्त होते. दत्त महाराज, श्रीकृष्ण भगवान, दुर्गा माता, श्रीराम प्रभू अशा सात्विक देवतांची भक्ती साधक करत असतो. साधकाची भक्ती इतकी प्रगल्भ असते की त्याच्या मनात फक्त "देव आणि मी" असा भाव असतो. देवाशिवाय तो कोणाचाही विचार करत नाही. भक्तीत तो अखंड मग्न असतो.

सात्विक भक्ती करताना साधकाला समाजाचा विरोध, अन्याय आणि त्रास सहन करावा लागतो. त्यांची भक्ती हिनवली जाते किंवा त्यांना त्याबद्दल त्रास दिला जातो. पण तो देखील सहन करून, साधक ईश्वराची भक्ती करत राहतो आणि मोक्षाचा मार्ग तयार करतो. यानंतर, साधकाला मोक्षदायी गुरु प्राप्त होतो. हा गुरु साधकाला मृत्यूनंतर आठव्या किंवा नव्या स्वर्गलोकीत नेतात, तिथे त्याची आध्यात्मिक प्रगती करतात आणि परत भूतलावर पाठवतात. अखेरीस, खऱ्या अर्थाने ईश्वर त्याला मोक्ष देतो.

हा आत्म्याचा मोक्षप्रवास असतो. जेव्हा सात्विक देवतेची भक्ती खऱ्या अर्थाने होते, तेव्हा आपण समजू शकतो की आपण मोक्षाच्या मार्गावर आहोत. लक्षात ठेवा, मोक्ष एका जन्मात मिळत नाही; त्यासाठी अनेक जन्मांची पुण्यशिदोरी जमवावी लागते. सद्गुरूशिवाय मोक्ष मिळत नाही. सद्गुरू असेल तरच मोक्ष मिळतो; नाहीतर नाही. मोक्षासाठी आपली भक्ती उत्तम ठेवणे आवश्यक आहे. सद्गुरू साधकाला स्वतःहून भेटायला येतात.

दारिद्र्ययोग कसा येतो आणि दारिद्र्ययोगावर उपाय

दारिद्र्ययोग हा आपल्या मागील जन्मातील कर्मभोगामुळे निर्माण होतो. जे लोक कधीही दानधर्म करत नाहीत, जे श्रीमंत असूनही गरिबांना मदत करत नाहीत, अन्न वाया घालवतात पण गरिबांना देत नाहीत, असे कंजूसपणा करणारे लोक पुढील जन्मात दारिद्र्ययोगाने ग्रस्त होतात.

जर पैसा वाया घालवला तरी गरिबांना मदत न केली, किंवा वेश्यांवर, डान्सबारवर पैसा उधळला, तरीही दारिद्र्ययोग येतो. दारिद्र्ययोगाचे मुख्य कारण म्हणजे समोरच्या माणसाच्या हक्काचा, मेहनतीचा पैसा लुबाडणे. त्याला फसविणे.म्हणून मनुष्याने नेहमी दानधर्म, परोपकार, अन्नदान इत्यादी गोष्टी करत राहाव्यात, ज्यामुळे दारिद्र्ययोगाचा प्रभाव कमी होतो.

उपाय:

♦ ओम महालक्ष्मी नमः मंत्राचा जप १३ कोटी वेळा करावा.

♦ रोज महालक्ष्मी अष्टक वाचन करावे.

♦ शुक्रवारी दुर्गा सप्तशती वाचणे.

♦ मंगळवारी एखाद्या देवीच्या मंदिरात दर्शनाला जावे आणि आपल्या पैशाचा प्रश्न सुटेपर्यंत नियमित दर्शन करावे.

♦ आपल्या कुलदेवतेसाठी वर्षातून एकदा खणा नारळाची ओटी भरावी आणि गोड नैवेद्य दाखवावे.

कोणालाही फसवू नये, कुणासोबत लांडी- लबाडी करू नये. जर या गोष्टी पाळल्या, तर दारिद्र्ययोग आपल्या जीवनावर परिणाम करत नाही.

महत्त्वाचे: दारिद्र्ययोग हा आपल्या कर्माच फळ आहे; ईश्वरही काही करू शकत नाही. पण कर्म चांगले ठेवल्यास दारिद्र्ययोग आला तरी त्याचा त्रास कमी होतो.

कर्म चांगले ठेवा, कोणालाही फसवू नका, कुणाचा पैसा खाऊ नका, कोणाची हाय-हाय घेऊ नका.

यामुळे तुम्ही आणि समोरचा माणूस दोघेही खुश राहतात.

नजर कशी लागते आणि नजरबंदेवर उपाय कोणता आहे?

एखाद्याची आध्यात्मिक, वैचारिक किंवा सामाजिक प्रगती होत असेल, किंवा तो जीवनात यशस्वी असेल, भरपूर पैसा कमवत असेल, तर काही लोकांच्या दृष्टीने त्याला "नजर" लागू शकते. काही लोक जळक्या स्वभावाचे असतात; त्यांना आपल्याच यशस्वी झालेल्या किंवा पुढे गेलेल्या व्यक्तींना पाहता येत नाही. ते आतल्या आत जळजळ तडफडत असतात. त्यांच्या निगेटिव्ह एनर्जीचा परिणाम आपल्यावर होतो आणि आपल्याला त्रास होतो.

नजर लागल्याचे लक्षण:

- पैशांचा त्रास किंवा अडचणी
- डोके दुखणे, पोटात गोळे होणे
- सतत भीती वाटणे
- देवाची भक्ती किंवा कामात मन न लागणे
- मानसिक विचलता मन भरकटणे
- विविध आजार, शारीरिक आणि मानसिक त्रास

परंतु मोठमोठ्या साधकांना ही नजर लागत नाही कारण त्यांच्यावर ईश्वराचं कवच असते, जे त्यांचे रक्षण करते. आणि जे लोक त्यांना नजर लावतात त्यांनाच त्याचा त्रास होतो.

सामान्य माणसांसाठी उपाय:

आपली सर्व पर्सनल माहिती गुप्त ठेवा. जोपर्यंत एखादं काम पूर्ण होत नाही, तोपर्यंत कोणासमोर काहीही उघड करू नका. जीवनात यश मिळेपर्यंत आपली गुपित माहिती कुणालाही सांगू नका, अगदी जवळच्या व्यक्तीला सुद्धा सांगू नका.

नजरबंदीपासून बचावासाठी मंत्रजप:

खालील दोन मंत्र ५१ वेळा नियमित जपावेत. साधना दीड वर्ष करावी. यामुळे स्वत:भोवती एक आध्यात्मिक कवच तयार होते, जे कोणतीही नजर लागू देत नाही.

ओम जयंती मंगला काली भद्रकाली कपालिनी दुर्गा क्षमा शिवाधात्री स्वाहा स्वधा नमोस्तुते

रामरामेति रामेति रमे रामे मनोरमे सहस्त्रनाम ततुल्य रामनाम वरानने

इतर टिप्स:

लोकांसमोर आपला मोठेपणा कमी करा.

मोठ्या मोठ्या गोष्टी लोकांना दाखवू नका.

साधेपणा ठेवा, आपली खरी ओळख जशी आहे तशीच राहा. सौंदर्य किंवा यशावर गर्व करू नका; गर्व केल्यास निगेटिव्ह एनर्जीचा त्रास होऊ शकतो. कोणालाही कमी लेखू नका, कारण ते निगेटिव्ह एनर्जी निर्माण करते.

लक्षात ठेवा: मोठेपणा केल्यास खोटेपणा आणि नकारात्मक ऊर्जा येते. साधेपणा आणि संयम यामुळेच नजरबंदीपासून मुक्ती मिळते.

चेहऱ्यावर दैविक तेज येण्यासाठी उपाय

दैविक तेज म्हणजे ईश्वराचे तेज असते.

जेव्हा हे आपल्या शरीरात प्रवेश करते, तेव्हा आपल्या चेहऱ्यावर एक ईश्वरी तेज दिसते. हे तेज कसे येते ते पाहूयात:

आपण जेव्हा एखाद्या देवतेची भक्ती करतो, नामस्मरण करतो आणि आपले कर्म चांगले ठेवतो, तेव्हा त्या देवतेचे दैविक तेज आपल्याला मिळते. हे तेज आपला चेहरा खुलवते, ति व्यक्ती चार चौघात उठून दिसते आणि लोक आपल्याकडे पाहत राहतात, कारण दैविक तेज लोकांना आकर्षित करते.

महत्त्वाचे: हे दैविक तेज टिकवण्यासाठी आपले कर्म नेहमी चांगले ठेवणे आवश्यक आहे. जर आपले कर्म वाईट असतील, तर हे तेज हळूहळू कमी होऊ लागते.

मंत्र आणि साधना

प्रत्येक मंत्राची वेगवेगळी दैविक शक्ती असते. दैविक तेज मिळवण्यासाठी दुर्गादेवींचे मंत्र प्रभावी आहेत.

उपाय:

- 10 मिनिटांसाठी टायमर लावा.
- डोळे बंद करा आणि मनातल्या मनात मंत्र जपा.
- नियमित साधनेने चेहऱ्यावर दैविक लहरी येतील, चेहरा तेजस्वी होईल, आणि डार्क स्पॉट हळूहळू कमी होतील.

दुर्गादेवी मंत्र: "दुर्गादेवी नमोस्तुते, शिवे कल्याणकारीनी, परमानंद दायिनी, दुर्गादेवी नमोस्तुते"

या मंत्राचा जप केल्यानंतर दुर्गादेवींच्या दैविक लहरी आणि शक्ती आपल्याला प्राप्त होतात. दुर्गादेवी सुंदर आणि तेजस्वी आहेत, आणि तिच्या कृपेने आपल्या चेहऱ्यावर सौंदर्य आणि तेज येईल .

सूक्ष्म टिप्स:

♦ साधना नियमित करणे गरजेचे आहे.

♦ देवीच्या सुप्त गुणांची प्राप्ती साधनेने होते.

♦ थोडिशी फॅशन आणि स्वतःला साजेसं नटणे आपल्याला आकर्षक बनवते. यामुळे आपल्या व्यक्तिमत्त्वात चमक येते आणि आपली उपस्थिती लोकांना आकर्षित करते.

नैसर्गिक उपाय

♦ केमिकल क्रीम, बोटॉक्स वगैरे वापरण्याची गरज नाही.

♦ रात्री झोपताना चेहऱ्यावर तूप लावून झोपल्यास देखील दैविक तेज येते.

निष्कर्ष:

♦ दैविक तेज मिळवण्यासाठी भक्ती, साधना आणि चांगले कर्म गरजेचे आहेत.

♦ दुर्गादेवींचा मंत्र नियमित जपा, स्वतःच्या व्यक्तिमत्त्वाला उजळवा आणि नैसर्गिक सौंदर्य टिकवा.

या साधनेने आपल्याला दुर्गादेवींचा आशीर्वाद, सूक्ष्म मार्गदर्शन आणि जीवनात सुख शांती समाधान प्राप्त होते.

मनुष्य जन्मात देवधर्म न केल्यास मृत्यूनंतर भयानक यातना सहन कराव्या लागतात

काही लोक आपले संपूर्ण आयुष्य फक्त मजा-मस्ती, टंगल-मंगल करण्यात घालवतात. ते फिटनेस आणि वैयक्तिक आराम यामध्ये गुंतलेले राहतात, पण देवधर्माची त्यांना काही काळजी नसते. केलेले देवाचे कार्यही फक्त आपली इच्छा पूर्ण करण्यासाठी असते. अशा लोकांचा अंतःकाळ खूप भयानक असतो.

मृत्यूनंतर जेव्हा अशी माणसं यमराजाच्या हाती पडतात, तेव्हा त्यांना त्यांच्या कर्माचा अनुभव भयानक स्वरूपात सहन करावा लागतो. ते स्वतःच्या कर्माला दोष देत रडतात, डोके आपटतात आणि जीवनात टाळलेले धर्माचे महत्त्व त्यांना समजते.

संसारात असे लोक फक्त खाणे-पिणे, मनोरंजन, पैसा उडवणे, वाईट मोह धरणे, लोकांच्या जीवनात त्रास देणे यामध्ये गुंतलेले असतात. गोरगरिबांना मदत करत नाहीत, पैशांचा मोह फक्त स्वतःसाठी धरतात, आणि आपल्या फिटनेस किंवा बाह्य सौंदर्यावर जास्त लक्ष देतात. अशा लोकांना मृत्यूनंतर यमाच्या भयानक यातना सहन कराव्या लागतात. त्यांना अन्नपाणी न मिळणे, वेदना, पीडा आणि दडपशाही अनुभवावी लागते. ते विचार करतात, "मी देवाचे का नाही केले?" परंतु त्या वेळेस कोणीही मदतीला येत नाही; त्यांना स्वतःच्या कर्माचे भयानक फळ भोगावे लागते.

आपण आपल्या आयुष्याचा काही वेळ देवासाठी खर्च केला पाहिजे. रोज किमान दहा ते पंधरा मिनिटे ईश्वराच्या सेवेत द्यावीत. ज्याने आपल्याला जन्म दिला, हात-पाय चालवले, आपली देखभाल केली, त्याचे ऋण आपण कधीही विसरू नये.

मनुष्य जन्म हा आत्म्याच्या उद्धारासाठी मिळालेला आहे, फक्त मौज-मस्ती आणि टंगल-मंगल करण्यासाठी नाही. जीवनाचा आनंद घ्या, पण त्याचवेळी ईश्वराची भक्ती करा, देवाचे सतत आभार मानत राहा, इतरांच्या भल्यासाठी प्रार्थना करा.

मनुष्य जन्माचा योग्य उपयोग केल्यास मृत्यूनंतर भयानक यातना टाळता येतात आणि जीवन सार्थकी लागते. ज्या दिवशी तुम्ही ईश्वराला विसराल, त्या दिवशीपासून तुमची अधोगती निश्चित आहे. अखंड नामस्मरण करा, मंत्र जपा, ईश्वराशी जास्तीत जास्त एकरूप होण्याचा प्रयत्न करा आणि जीवनाचे खरे महत्त्व समजून घ्या.

स्त्रियांनी आपल्या अंगाचे पावित्र्य जपावे

पुराण, भागवत, गरुड आणि पद्मपुराणानुसार स्त्रियांनी आपल्या शरीराला फक्त नवऱ्याशिवाय कोणत्याही पुरुषाला स्पर्श करू देऊ नये. ज्या स्त्रीला परपुरुषाचा सहवास आवडतो किंवा ज्या पुरुषाला परस्त्रीचा सहवास आवडतो, त्यांना कुंभ पाकी नरकात टाकले जाते. कुंभ पाकी नरक म्हणजे मोठ्या उकळत्या कढईत तळले जाणे, जिथे आत्मा मरत नाही; फक्त वेदनेने तडफडतो.

आजकाल काही स्त्रिया टॅटू काढण्यासाठी किंवा साडी नेसण्यासाठी पुरुषांसमोर उघड्या अंगाने उभ्या राहतात. आपल्या छाती, पाठी, पोट किंवा ढुंगणावर परपुरुषाचा स्पर्श करून त्या लोकांचे व्हिडिओ सोशल मीडियावर प्रसिद्ध होतात. अशा वागणुकीमुळे स्त्रीची इज्जत कमी होते, आणि ही अधोगतीची लक्षणे मानली जातात. स्त्रीने आपल्या नवऱ्याशिवाय कोणालाही शरीराचे अंग दाखवू नयेत. लग्नानंतरच नवऱ्याला संपूर्ण शरीर दिले जाते; त्यामुळे नवऱ्याशिवाय इतर पुरुषाला स्पर्श करणे चुकीचे आहे.जी स्त्री हे पालन करते, ती खऱ्या अर्थाने संस्कारी, पतिव्रता आणि घरंदाज असते.

स्त्री जितके अंग झाकेल , तितके तिचे शीलत्व जपले जाते. अंग उघडे ठेवल्याने व्यभिचाराच्या मार्गाला प्रोत्साहन मिळते. खर्या संस्कारी स्त्रिया आपले अंग प्रदर्शन करत नाहीत आणि कोणत्याही पुरुषाला आपल्या शरीराला स्पर्श करू देत नाही.अशा स्त्रियांचा समाजात मान-सन्मान असतो आणि मृत्यूनंतरही त्या स्वर्गस्थ होतात. परंतु ज्या स्त्रियांना परपुरुषांचा सतत सहवास आवडतो, त्या कुंभ पाकी

नरकात जातात आणि त्यांना परत जन्म मिळत नाही. प्रत्येक स्त्रीने आपले शीलत्व जपणे, शरीराचे पावित्र्य राखणे हे कर्तव्य आहे. नवऱ्याशिवाय कोणत्याही पुरुषाचा स्पर्श होऊ देऊ नका.

हे विचार जुने नाहीत; हे पुराणानुसार आणि संतांच्या वचनानुसार सांगितलेले आहेत. स्त्रियांनी टॅटू काढायचे असल्यास, अंगाची मालिश करायची असल्यास, किंवा साडी नेसायची असल्यास, स्त्रियांच्या सेवांचा पर्याय निवडावा. पुरुषांच्या उपस्थितीत शरीराचा उघडा भाग दाखवणे व अशा प्रकारे स्पर्श होणे वासनांना जागृत करते. स्त्रियांनो, आपले शील आणि स्त्रीत्व जपणे, आपले शरीर सुरक्षित ठेवणे हे तुमचे कर्तव्य आहे. जे स्त्री हे तत्व जपते, तिला ईश्वराचे आशीर्वाद प्राप्त होतात.

संत ज्ञानेश्वर माऊलींची योगसिद्धी आणि चमत्कार

वारकरी संप्रदायातील माझे सर्वात आवडते संत म्हणजे संत ज्ञानेश्वर माऊली. संत ज्ञानेश्वर माऊलींना समाजाने खूप त्रास दिला, त्यांचा छळ केला. काही ब्राह्मणांनी त्यांना न्याय दिला, तर काही ब्राह्मणांनी छळ केला.

ज्ञानेश्वर माऊलींनी चांगदेवाची भिंत चालवली. ही भिंत चालवण्याची कथा अशी आहे की, त्या भिंतीमध्ये ईश्वरस्वरूप तत्व आहे. भिंतीतही ईश्वराच अस्तित्व असल्यामुळे त्यांनी आपल्या योगसाधनेने त्या भिंतीला जिवंतपणा दिला. म्हणजे, त्यांनी आपल्या सिद्धीच्या साह्याने भिंत चालवली.

योगसाधनेत वातावरणातील देवदेवता अदृश्य रुपात येऊन अनेक चमत्कार घडवितात.

संत ज्ञानेश्वर माऊलींनी रेड्याच्या मुखातून वेद बोलविले. रेड्याच्या मुखातून वेद वादविणे ही सोपी गोष्ट नाही. माणसांमध्ये जसा ईश्वरी आत्मा असतो तसा रेड्यातही तो आत्मा आसतो . संतांनी आपल्या मनात हे धरून योगसाधनेने आपल्या आत्म्याला रेड्याच्या आत्म्याशी एकरूप केले आणि त्याच्याकडून वेद वदविले.
ज्ञानेश्वर माऊलींनी योगसाधनेने मांडे तयार केले. साधनेत महासिद्ध अवस्था असते, जिथे साधक आपल्या कुंडलिनीचे प्रज्वलन करतो. त्या अग्नीच्या साह्याने त्यांनी आपल्या पाठीवर मांडे तयार केले. हा योगसाधनेचा उच्च अभ्यास आहे.

संत ज्ञानेश्वर माऊलींनी वयाच्या बाराव्या वर्षी ज्ञानेश्वरी लिहिली. एवढी मोठी ग्रंथरचना साधकाच्या साध्यपलीकडे जाते; शेवटी ज्ञानेश्वर माऊली हे श्रीविष्णूंचे अवतार आहेत.

योगसाधनेची उच्च अवस्था गाठल्यावर साधकास वेगवेगळ्या प्रकारच्या सिद्धी प्राप्त होतात. या सिद्धींचा उपयोग लोककल्याणासाठी होतो. साधकाने जर साधकतत्वाची योग्य तयारी केली, तर महासिद्ध अवस्थेतून मिळालेली सिद्धी लोकांची संकटे दूर करू शकते. संत ज्ञानेश्वर माऊलींची सिद्धी ही उच्चतम दर्जाची होती. त्यांनी या सिद्धीच्या साह्याने रेड्याच्या मुखातून वेद बोलवले, भिंत चालवली आणि पाठीवर मांडे तयार केले. ही सिद्धी प्राप्त करण्यासाठी ध्यानधारणा उच्च अवस्थेची असणे आवश्यक आहे.

ध्यानधारणेचे महत्त्व संत ज्ञानेश्वर माऊलींनी आपल्या जीवनातून दाखवले आहे. ईश्वराची एकरूपता मिळवायची असेल, तर ध्यानाशिवाय मार्ग नाही. ध्यानाच्या साह्याने मृत्यूवर मात देखील करता येते, जसे चांगदेवाने आपल्या चौदाशे वर्षांच्या आयुष्यात केले. माझी आवडती साधना म्हणजे ध्यानधारणा. ही सर्व उच्च प्रतीची साधना आहे आणि प्रत्येक संतांनी हि साधना करून आपले संतपद आणि देवत्व प्राप्त केले आहे

तांत्रिक भक्ती आणि सात्विक भक्ती यातील फरक

तांत्रिक भक्ती: तांत्रिक भक्तीत कालभैरव, महाकाळी माता, यक्षिनी, डाकीनी, शाखिनी, कर्ण पिशाचिनी, अप्सरा यांची भक्ती केली जाते. कालभैरव आणि महाकाळीची भक्ती केल्यास साधकाला प्रचंड शक्ती मिळते. पण जर त्या शक्तीचा वापर स्वतःच्या स्वार्थासाठी केला, तर साधकाची अधोगती होते.

तांत्रिक भक्तीत भूत-पिशाचिनची भक्ती जास्त केली जाते. यात तंत्रविद्येचा वापर होतो. वातावरणातील भूत-पिशाच आणि अर्धदेवता, जसे की कर्ण पिशाचिनी, अप्सरा, यक्षिनी, डाकीनी, शाखिनी, साधकाच्या इच्छांची पूर्तता करतात. परंतु या भक्तींना मोक्षाचा मार्ग मिळत नाही, आणि त्यांना मनुष्य जन्मही मिळत नाही.

सात्विक भक्ती: सात्विक भक्तीत दुर्गा माता, श्रीकृष्ण भगवान, श्रीराम प्रभू, श्री विष्णु भगवान, दत्त महाराज यांची भक्ती केली जाते. सात्विक भक्तीचा मुख्य उद्देश म्हणजे ईश्वराशी एकरूप होणे आणि सद्गुण प्राप्त करणे.

सात्विक भक्तीमध्ये मोक्षाचा मार्ग मोकळा असतो. साधक शाकाहारी राहतो, सद्गुनी होतो आणि जीवनातील विकारांवर मात करतो. जरी एका जन्मात मोक्ष न मिळाला, तरी पुढील जन्मांत भक्ती करून मोक्षाचा मार्ग उघडतो. सात्विक भक्तीमुळे साधकाला सात्विक देवतेची दैविक शक्ती मिळते, प्रारब्ध शुद्ध होतो, अनेक जन्मांचे कर्म शुद्ध होतात आणि गुरुबल प्राप्त होते.

मुख्य फरक: मोक्ष: सात्विक भक्तीत मोक्षाचा मार्ग मोकळा असतो; तांत्रिक भक्तीत मोक्ष मिळत नाही.

शक्तीचा वापर: तांत्रिक भक्तीत शक्ती स्वतःच्या स्वार्थासाठी वापरल्यास अधोगती; सात्विक भक्तीत शक्ती सद्गुण साधण्यासाठी वापरली जाते.

विकारांवर मात: सात्विक भक्तीने साधक विकारांवर मात करतो; तांत्रिक भक्तीत विकार वाढतात.

भौतिक गरजा: तांत्रिक भक्ती भौतिक गरजा पूर्ण करते, पण मोक्ष देत नाही; सात्विक भक्तीत भौतिक गरजा काही प्रमाणात पूर्ण होतात, पण मोक्ष निश्चित मिळतो.

साधना प्रकार: सात्विक भक्तीत फक्त एक ईश्वराची साधना; तांत्रिक भक्तीत अनेक अर्धदेवता, भूत-पिशाचिनी साधना.

सारांश: सामान्य माणसाने सात्विक देवतेची भक्ती करणे योग्य आहे. तांत्रिक भक्ती फक्त ज्यांना पिढ्यानपिढ्या तांत्रिक ज्ञान आहे त्यांच्यासाठी आणि ते ही योग्य मार्गदर्शनाखाली करावी. सात्विक भक्तीने जीवन सुधारते, मोक्ष मिळतो, आणि साधकाची आध्यात्मिक प्रगती होते.

मासिक काळामध्ये स्त्रियांनी कोणती साधना किंवा भक्ती करावी?

पोस्टचे नाव वाचून तुम्ही थोडे अचंबित झाले असाल. मासिक काळामध्ये स्त्रियांना चार दिवस देवपूजा करण्याची अनुमती नसते. पण या चार दिवसांमध्ये स्त्रियांमध्ये खूप सूक्ष्म दैविक शक्ती असते. ही शक्ती जागृत करण्यासाठी या काळात स्त्रियांनी जास्तीत जास्त नामस्मरण करावे.

नामस्मरण करताना ओम लावल्याशिवाय मंत्र जपावा. ज्या स्त्रियांनी दीक्षा घेतली आहे किंवा ज्या स्त्रिया मंत्र जपाची साधना करत आहेत, त्यांनी ओम लावून जप केला तरी चालेल. उदाहरणार्थ, **"ओम दुर्गाय नमः"** ऐवजी **"दुर्गाय नमः"** असा मंत्र जप करावा.

मासिक काळामध्ये जितका जप केला जाईल, तितकी तुमची दैविक शक्ती दुप्पट वाढते. मात्र या काळात देव किंवा ग्रंथाला स्पर्श करू नये. पाचव्या दिवशी केस धुऊन आंघोळ करूनच देवाला स्पर्श करता येईल आणि ग्रंथ वाचता येतील.

या काळात जास्तीत जास्त ध्यानधारणा करणे आवश्यक आहे. ओम का लावायचे नाही? कारण ओममध्ये ऊर्जा निर्माण होते, आणि मासिक काळात ही ऊर्जा शरीरावर जास्त प्रमाणात परिणाम करू शकते, त्यामुळे अंगावर उष्णता जाणवू शकते. म्हणून फक्त नामाचा मंत्र जप करावा.

या काळात विशेषतः दुर्गा मातेसंबंधी मंत्र जपावा, कारण दुर्गा माता स्त्री तत्वाची प्रतीक आहे आणि आपल्या स्त्री तत्वाचे रक्षण करते.

मासिक काळात वापरलेले पॅड स्वच्छ धुऊन डस्टबिनमध्ये टाकावेत. काही शास्त्रानुसार, जर अशा स्थितीत पॅड डस्टबिनमध्ये टाकले आणि त्यावर एखाद्या सरपटणाऱ्या प्राण्याचा परिणाम झाला, तरी त्या स्त्रीला भविष्यकाळात संतान प्राप्तीमध्ये अडथळा येऊ शकतो ह्या काळात ग्रन्थ वाचू नका , तर यूट्यूबवर ग्रंथ ऐकता येतात, तसेच संतांच्या कथा ऐकता येतात.

या काळात चिडचिड किंवा पोट/कंबर दुखणे ही सामान्य गोष्ट आहे. त्या वेळेस जास्तीत जास्त ध्यानधारणा करावी आणि आराम करावा. ऑफिसला जाणाऱ्या स्त्रियांना आराम कमी मिळतो, पण काम करताना उठता-बसता नामस्मरण चालू ठेवावे. जितके नामस्मरण केले जाईल, तितकी दैविक शक्ती वाढते.

मासिक काळात स्त्रियांना कमी लेखू नये. ही एक नैसर्गिक क्रिया आहे. त्यामुळे या काळात स्त्रियांना आदराने सांभाळून, प्रेमाने आणि योग्य आहार देऊन सांभाळून घ्यावे.

देवतेचे स्तोत्र सतत जपणे किंवा पठण करणे, या साधनेमुळे दैविक शक्ती वाढते. मासिक काळाची योग्य पाळवणूक केल्यास दैविक तेज आणि आध्यात्मिक प्रगती अधिक तीव्र होते.

मासिक धर्माचा आनंद घ्या, कारण या काळात केलेले नामस्मरण आणि साधना विशेष फळदायी ठरते.

महालक्ष्मी माता व अलक्ष्मी माता

लक्ष्मी माता माणसाचे सद्गुण वाढवते तर अलक्ष्मी माता माणसाचे दुर्गुण वाढवते.

जेव्हा मनुष्य खूप दुःख भोगतो आणि त्या दुःखात देवाचे स्मरण करतो, तेव्हा त्याचे आधीचे कर्म संपून जातात आणि त्याचे चांगले दिवस येतात. त्यावेळी महालक्ष्मी मातेची कृपा त्याच्यावर होते. त्या व्यक्तीच्या जीवनात संपन्नता येते, भरपूर पैसा मिळतो आणि तो लक्झरी जीवन जगतो.

पण लक्षात ठेवा, जेव्हा महालक्ष्मी माता घरात प्रवेश करते, तेव्हा अलक्ष्मी माता देखील येते. अलक्ष्मी माणसाला अहंकार, मोह आणि लोभ यासारख्या अवगुणात अडकवते. जसे आपण म्हणतो,

"पैसा आला की माणसाची मती बिघडते," तसेच हे पैसे असलेले अहंकार अलक्ष्मीची अवकृपा आहे.

पैसा आला की माणसाला अहंकार येतो, तो लोकाचा द्वेष मत्सर करतो.इतरांना कमी लेखतो, "माझ्यासारखा दुसरा कोणी नाही, मी सर्वश्रेष्ठ आहे" अशा भावनेत वागत राहतो.

त्यामुळे जेव्हा आपल्याकडे पैसा येतो, त्या वेळेला तो पैसा योग्य ठिकाणी वापरणे अत्यंत महत्त्वाचे आहे:

- गरिबांना मदत करणे
- परोपकार करणे
- अन्नदान करणे
- देऊल, शाळा किंवा सामाजिक कार्यासाठी मदत करणे
- रंजलेले, पिडलेले लोकांना आधार देणे

जर पैसा या मार्गांनी वापरला, तर महालक्ष्मी मातेची कृपा राहते. पण पैसा वाईट मार्गाने वापरला, जसे की जुगार, सट्टा, अनैतिक संबंध किंवा आवाजवी खर्चात, तर अलक्ष्मी माणसाची अधोगती करते आणि तो नरकाच्या मार्गावर जाऊ शकतो.

महालक्ष्मी मातेची कृपा होण्याचे फायदे:

- सद्गुण वाढणे
- सुख, शांती आणि समाधान मिळणे
- अहंकार रहित जीवन

त्यामुळे पैसा आला की अहंकार करू नये, कोणाला कमी लेखू नये, कोणाचे अहित करू नये, मत्सर करू नये. हे सगळं लक्षात ठेवून पैशाचा योग्य वापर करणे आवश्यक आहे.

देवाकडून अशी प्रार्थना करावी:

"देवा, तू मला भरपूर पैसा दिलास. पण त्या पैशाच्या लोभात मी अडकू नये. माझ्याकडून तू जास्तीत जास्त भक्ती घे. मला सद्गुण दे, जेणेकरून मी लोक कल्याणाचे कार्य करू शकेन. मला अहंकार रहित जीवन दे."

जर असे केले, तर महालक्ष्मी मातेची कृपा कायम राहते आणि परोपकार करताना पैसा वाढत राहतो. हे लक्षात ठेवा की जितका परोपकार कराल तितकी महालक्ष्मीची कृपा राहते, आणि जितका पैसा वाईट मार्गाने वापरला,तर तितकी अलक्ष्मीची अवकृपा होते, जी माणसाची अधोगती करते.

शेवटची शिकवण: पैसा जसा सुख, शांती आणि समृद्धी देतो, तसेच तो लोभ, अहंकार आणि दु:ख देखील निर्माण करू शकतो. पैशाचा योग्य वापर करणं महत्त्वाचे आहे

मोबाईलद्वारे पुण्य कमावता येते - पण योग्य वापर महत्त्वाचा आहे

माझ्या पोस्टची हेडलाईन वाचून तुम्ही थोडे आश्चर्यचकित झाला असाल. खरंच, मोबाईलद्वारे आपण पुण्य कमावू शकतो. मोबाईल जसा वाईट आहे तसा चांगलाही आहे.

मोबाईलमध्ये देश-विदेशातील विविध घटना, माहिती आणि ज्ञान साठवलेले असते. एका क्लिकने आपण ती सर्व माहिती पाहू शकतो. आता मोबाईलद्वारे पुण्य कसे कमवायचे, ते मी सांगते:

स्तोत्र आणि पारायण ऐकणे

♦ YouTube वर जे स्तोत्र आहेत, ती रोज ऐका. ऐकता ऐकता ती आपोआप लक्षात राहतात आणि पुण्य मिळते.

♦ पारायण उपलब्ध असल्यास, वेळ मिळेल तेव्हा ते ऐकणे सुरू ठेवा. प्रवासातही हेडफोन लावून पारायण किंवा स्तोत्र ऐकणे पुण्य मिळविण्यास मदत करते.

आध्यात्मिक लेख आणि विचार वाचन

♦ Facebook वर मोठ्या साधकांचे विचार वाचत राहा. यामुळे आपली बुद्धी शुद्ध राहते आणि पुण्य मिळते.

♦ आध्यात्मिक ज्ञान दोन वेळा वाचून समजून घेण्याचा प्रयत्न करा. सतत वाचनामुळे ज्ञान आपल्या डोक्यात पूर्णपणे बसते.

♦ फक्त आध्यात्मिक लेख वाचणे आवश्यक आहे; राजकीय किंवा सामाजिक लेखांनी बुद्धी शुद्ध होते, पण संतांचे अभंग व ग्रंथांचे

वर्णन वाचल्यास पुण्य वाढते.

अश्लील आणि घाणेरडे व्हिडिओ टाळा

♦ Facebook आणि Instagram वर वलगर किंवा अश्लील व्हिडिओ दिसल्यास "Not Interested" किंवा "Block" करा.

♦ मनात ठेवा की अश्लील गोष्टी पाहणार नाही. यामुळे आपली बुद्धी सात्विक राहते.

नामस्मरण आणि मंत्र जप

♦ YouTube वर नामस्मरण ऐकताना हेडफोन लावा आणि सतत जपा.

♦ छोटे मंत्र मनात बोलत राहा, डोळे बंद करून मंत्रांचा जप करा. यामुळे पुण्य मिळते.

मोबाईलचा योग्य वापर

♦ मोबाईलचा वापर केवळ चांगल्या गोष्टीसाठी करा. अश्लील व्हिडिओ, कामवासना वाढवणारे रिल्स टाळा.

♦ चांगले फोटो पाहा, चांगली पोस्ट वाचा, कीर्तन आणि प्रवचन ऐका. यामुळे सात्विक ऊर्जा वाढते आणि पुण्य मिळते.

निष्कर्ष: मोबाईलचा उपयोग कसा करावा आणि कसा टाळावा हे फक्त आपल्यावर अवलंबून आहे. दहा दिवस हा प्रयोग करा आणि स्वतः अनुभवून पहा – किती फरक पडतो.

दुर्गा मातेची भक्ती कशी करायची?
- शांकभरी नवरात्र विशेष

दुर्गा देवी माता ही सर्व देवांच्या शक्तींपासून तयार झालेली देवी आहे. सर्व देवांची शक्ती दुर्गा मातेमध्ये एकत्र आहे. जो कोणी तिची भक्ती करतो, त्याला मुक्तीचे स्थान मिळतेच. दुर्गा देवीची भक्ती करताना आई भक्तांची परीक्षा घेते, आणि जो भक्त ती परीक्षा निर्विघ्नपणे पार करतो, त्याला देवी आई मोक्ष देतात. पण जीवनामध्ये त्या भक्ताला कोणत्याही गोष्टीची कमतरता जाणवू देत नाही.

दुर्गा मातेची भक्ती करताना भक्तीची परीक्षा पार करणे आवश्यक आहे.

दुर्गादेवी आईला सद्गुण फार आवडतात -

चांगले आचरण

परोपकार

दानधर्म

गोरगरीबांची मदत

अडचणीतल्या लोकांची मदत

म्हणून आधी सद्गुण आत्मसात करा. चांगले कर्म करा, कोणाचे मन दुखवू नका, कोणाला वाईट बोलू नका, खोटं बोलू नका, लांडी-लबाडी करू नका. हे सद्गुण देवी आईला फार आवडतात.

मंत्र जप:

- ॐ दुर्गा देवी नमः
- ॐ दुर्गाय नमः
- ॐ दु: दुर्गाय नमः

हा मंत्र आईला आवडतो. या मंत्रांचा जप केल्याने दुर्गा मातेची कृपा प्राप्त होते.

दुर्गा मातेसाठी आणखी आवडता मंत्र: सर्व मंगल मांगल्ये शिवे सर्वार्थ साधिके | **शरण्ये त्रंबके गौरी नारायणी नमोस्तुते** ||

हा मंत्र अखंड जप केल्यास साधकाला दुर्गादेवी आईचे कवच प्राप्त होते. संकट दूर होतात, सौभाग्य टिकून राहते, दारिद्र्ययोग दूर होतो आणि मोक्ष प्राप्त होतो.

दुर्गादेवी आईला चांगले कर्म आवडतात. जर आपण थोडंसुद्धा वाईट कर्म केले, तर आई ती दंड स्वरूपात भोग देऊ शकते. म्हणून, दुर्गा भक्तांनी आपले कर्म जितके शक्य असेल तितके चांगले ठेवावेत.

विवाहात अडथळा असलेल्या भक्तांसाठी:

|| **ॐ दुर्गाय नमः** ||

रोजच्या ११ माळा जप करा. मनाप्रमाणे जोडीदार नक्की मिळेल. आईकडे प्रार्थना करा – "**आई, मला चांगला जोडीदार दे, माझं दुःख दूर कर.**" आई कृपा करणारच.

दुर्गा देवी आई सर्व जगाची आई आहे. तिच्यामध्ये ममत्व भरपूर आहे. थोड्या भक्तीने देखील तिची कृपा होते. पण कट्टर भक्त व्हायचं असल्यास, भक्तीची परीक्षा पार करणे आवश्यक आहे. जीवनात

काहीही कमी होत नाही; जे पाहिजे ते आई देते.

दुर्गा सप्तशती हा ग्रंथ आईला खूप आवडतो. हा ग्रंथ वाचल्यास आईची कृपा मिळते. जीवनात कोणतेही दुःख, दैन्य किंवा ग्रहदोष साधकाला येऊ देत नाही. दुर्गा सप्तशती वाचताना मन पूर्ण श्रद्धेने असावे. शक्य असल्यास मंगळवार, शुक्रवार, पौर्णिमा किंवा अष्टमीला वाचण्याचा प्रयत्न करा.

भक्तीची मार्गदर्शना:

- मनापासून भक्ती करा
- सद्गुण आत्मसात करा
- मंत्रांचा जप करा

दुर्गा सप्तशतीचा अभ्यास करा. या प्रकारे दुर्गा देवीची भक्ती केल्यास आशीर्वाद प्राप्त होतो आणि मोक्षाची प्राप्ती होते.

मनुष्याला आत्मज्ञान कसे प्राप्त होते? दहाव्या मनुष्य जन्मात आत्मज्ञान प्राप्त होते — म्हणून मनुष्य जन्माचे सार्थक करा

प्रारंभी मनुष्य पूर्णपणे संसारात गुंतलेला असतो. संसाराच्या मोहात अडकलेला असल्यामुळे अज्ञान, अहंकार आणि दुष्ट प्रवृत्ती यांच्या जाळ्यात तो सापडतो. मायिक गोष्टी त्याला अधिक प्रिय वाटू लागतात. खाणे, पिणे, झोपणे आणि केवळ भौतिक सुखांचा उपभोग घेणे — यातच त्याचे अनेक जन्म व्यतीत होतात. हे सर्व करत असताना एक असा जन्म येतो की, त्या जन्मात त्याला अत्यंत तीव्र दुःख आणि वेदना भोगाव्या लागतात.

त्या दुःखाने तो इतका ग्रासलेला असतो की, **"या वेदनांतून कायमची मुक्तता मिळावी"** अशी तीव्र इच्छा त्याच्या मनात निर्माण होते. सहनशक्ती कमी झाल्यामुळे मनुष्य त्या काळात मानसिकदृष्ट्या दुर्बल होतो. अशा वेळी तो ईश्वरी भक्तीकडे वळतो.

ईश्वरभक्ती सुरू केल्यानंतर त्याच्या मनात एक गंभीर विचार उत्पन्न होतो —

"आज मी फक्त पोटासाठी जगतो आहे. राबतो आहे. खाणे, पिणे, झोपणे हे तर पशूही करतात. मग मृत्यूनंतर माझी काय अवस्था होणार?"

या विचारातून तो आत्मज्ञान आणि खऱ्या समाधानाच्या शोधात निघतो. कारण आयुष्यात भोगलेल्या दुःखाच्या वेदना त्याला असह्य झालेल्या असतात. त्या वेदनांमुळे जिवात्मा ईश्वरी कृपेच्या किरणाच्या शोधात प्रवृत्त होतो.

जेव्हा ईश्वरी कृपेचा किरण त्याच्या अंतरात्म्यात प्रवेश करतो, तेव्हा त्याला एक प्रकारची अस्वस्थता, अतृप्ती आणि बेचैनी जाणवते. ही अस्वस्थता म्हणजे मनातील मलिनता नष्ट करण्याची प्रक्रिया असते. त्या अस्थिर मनाचा नाश कसा करायचा, याचा तो शोध घेतो. याच टप्प्यावर तो मनुष्य खऱ्या अर्थाने ईश्वराची भक्ती करू लागतो. त्यानंतर त्याचे दोन-तीन जन्म ईश्वरभक्ती, प्रार्थना आणि प्रेमभावनेत व्यतीत होतात. हळूहळू, जेव्हा त्याला खरे आत्मज्ञान प्राप्त होते, तेव्हा तो स्थितप्रज्ञ, शांत आणि सजग निरीक्षक बनतो. त्याला स्वतःचे गुण-दोष स्पष्टपणे उमगतात. तो कोणाचेही मन दुखावत नाही. त्याच्या अंतःकरणात करुणा निर्माण होते.

तो संपूर्ण सृष्टीवर प्रेम करू लागतो — पशू, पक्षी, मनुष्य सर्वांवर. दया, क्षमा, शांती, करुणा आणि प्रेम हे सद्गुण त्याच्यात प्रकट होतात. त्याच्या अंतःकरणात प्रेमाचा एक दिव्य किरण निर्माण होतो. तेव्हा त्याला उमगते —

"मी हे शरीर नाही, मी एक आत्मा आहे. शरीर हे फक्त एक साधन आहे; या शरीराच्या माध्यमातून मला माझ्या आत्म्याचा उद्धार करायचा आहे."

यानंतर तो पूर्णपणे भक्तीच्या मार्गात एकरूप होतो. ईश्वराशी तादात्म्य साधतो. ईश्वराशी एकरूप झाल्यावर त्याला ज्ञान प्राप्त होते आणि त्या ज्ञानाच्या साहाय्याने तो आपल्या आत्म्याचा उद्धार करतो. हा आत्मज्ञान प्राप्तीचा प्रवास एका जन्मात पूर्ण होत नाही. सद्गुरूंच्या कृपेशिवाय आत्मज्ञान शक्य नाही. जेव्हा त्या जिवाला सद्गुरू लाभतात, तेव्हाच त्याच्यावर ईश्वरी कृपा होते.

पूर्ण नऊ मनुष्य जन्म घेतल्यानंतर, दहाव्या जन्मात मनुष्याला आत्मज्ञान प्राप्त होते आणि त्याच जन्मात मुक्तीचा मार्ग सापडतो. आत्मज्ञान प्राप्त होणे म्हणजेच मुक्तीच्या मार्गावर प्रवेश करणे होय.

म्हणूनच मनुष्याने संसाराच्या मोहात अडकून न राहता, ईश्वरभक्ती करावी, आत्मशोध घ्यावा आणि आपल्या आत्म्याला ईश्वराशी एकरूप करावे. अनेक जन्मांच्या कर्मबंधनातून आणि योनीबंधनातून मुक्ती मिळवून घेणे हेच मनुष्य जन्माचे खरे सार्थक आहे.

कली आपले कार्य कसे करतो?

गुरुचरित्रामध्ये कलीचे स्पष्ट वर्णन आलेले आहे. कलीने हातात लिंग धारण केलेले असून, तो काम, क्रोध आणि लोभ यांवर वर्चस्व ठेवतो, असे गुरुचरित्रात सांगितले आहे.

आता प्रश्न असा आहे की हा कली कोणाकोणामध्ये वास करतो?

ज्या स्त्रिया कमी कपडे घालून अश्लील व्हिडिओ बनवतात, जे लोक दारू, गांजा, चरस यांसारख्या व्यसनांचे सेवन करतात, ज्या घरांमध्ये सतत भांडणे होत असतात,

ज्या स्त्रिया परपुरुषांशी संबंध ठेवतात, जे पुरुष परस्त्रीशी संबंध ठेवतात, जे लोक कंजूष, अहंकारी आहेत, जे देवधर्म मानत नाहीत, जे राजकारणी जनतेची सेवा न करता जनतेचा पैसा स्वतःच्या स्वार्थासाठी वापरतात,जी मुले-मुली व्यसनाधीन आहेत अशा लोकांमध्ये कली वास्तव करतो.

कली अशा लोकांमध्ये वास करून त्यांच्याकडून पापकर्म घडवून घेतो. जेव्हा पापकर्मांचा घडा भरतो, तेव्हा हाच कली त्यांना अधोगतीकडे नेतो आणि मृत्यूनंतर अशा लोकांना भयानक नरकयातना भोगाव्या लागतात.

कलीचा एकच उद्देश असतो — वाईट कर्म करणाऱ्यांमध्ये वास करून त्यांची अधोगती घडवून आणणे आणि त्यांना नरकयातना भोगायला लावणे.

ज्या घरांमध्ये कलीचा वास असतो, त्या घरांमध्ये सुख, शांती व समाधान नसते. माणूस कितीही सुखसंपन्न असला तरी तो असमाधानीच राहतो.

मग कलीपासून संरक्षण कसे करायचे? याचे एकच उत्तर आहे — अखंड नामस्मरणात राहणे.

तुम्ही कोणत्याही देवाची भक्ती करा, परंतु लक्षात ठेवा, कली कधी आणि कसा प्रवेश करेल हे सांगता येत नाही. जशी ईश्वरी शक्ती ईश्वरभक्तांमध्ये वास करते, तशीच कलीची शक्ती वाईट कर्म करणाऱ्यांमध्ये वास करते.

म्हणून चांगले कर्म करावे, कोणाला वाईट बोलू नये, कोणाचे वाईट चिंतन करू नये. अखंड नामस्मरणात राहावे. ईश्वराचे भजन, पूजन व कीर्तन करावे. त्यामुळे कली त्रास देत नाही. तुमचे कर्म जितके चांगले असेल, तितकाच कलीचा त्रास कमी होतो.

जे लोक ध्यानधारणा करतात, अखंड ईश्वरस्मरणात असतात, ज्यांच्यावर ईश्वरी संरक्षणकवच असते, अशा लोकांच्या जवळ कली फिरकतही नाही. उलट कली अशा लोकांना घाबरतो.

जरी हे कलियुग असले, तरी या युगात थोडीशी भक्ती केली तरी पुण्य लवकर प्राप्त होते. पण याच कलियुगात जर थोडेसेही पापकर्म केले, तर त्याची शिक्षा भोगावीच लागते. म्हणून आपले कर्म चांगले ठेवा आणि संतांच्या ग्रंथांनी सांगितलेल्या नियमांप्रमाणे आपले आचरण ठेवा. आज सोशल मीडियावर कलीचा मोठ्या प्रमाणावर प्रवेश आहे. सोशल मीडियावर दिसणारे घाणेरडे व्हिडिओ, अश्लील पोस्ट पाहून वाचून आपली बुद्धी नकळत निकृष्ट होते, आणि निकृष्ट झालेली बुद्धी वाईट कर्मांकडे प्रवृत्त करते. हे माणसाला कळतही नाही आणि कली त्याची अधोगती घडवतो.

एकदा मनुष्य वाईट कर्म करू लागला की त्याची अधोगती निश्चितच असते. म्हणून सोशल मीडियाचा वापर करताना काय चांगले आहे आणि काय वाईट आहे याचा विचार करूनच वापर करावा. तसे केल्यास कलीचा त्रास तुम्हाला होणार नाही.

गणेश शाबरी मंत्राचे फायदे

गणपती देवता ही बुद्धीची देवता आहे. गणपती बाप्पाची श्रद्धेने पूजा-अर्चा केल्यास पैशांची कमतरता जाणवत नाही. त्याचबरोबर आपल्या जीवनात येणारी विघ्ने व संकटे गणपती बाप्पा दूर करतात.

जर गणपती बाप्पाची भक्ती करत असताना आपण गणपती बाप्पाच्या शाबरी मंत्राचा जप केला, तर आपले दु:ख व दैन्य दूर होते. जी लहान मुले अभ्यास करत नाहीत, ती अभ्यासाकडे लक्ष देऊ लागतात. तुम्ही कोणत्याही संकटात असाल, ते संकट गणपती बाप्पा दूर करतात.

आपल्या जीवनात सतत अडलेली कामे असतील, कामे होत नसतील, तर या शाबरी मंत्राच्या उच्चाराने ती कामे पूर्ण होतात. ज्यांना पैशांची खूप अडचण आहे, त्यांचा पैशांचा प्रश्न या शाबरी मंत्राच्या जपाने सुटतो.

गणपती बाप्पा ही बुद्धीची देवता असल्यामुळे, जे लोक अल्पबुद्धीमुळे "खाओ, पिओ, मजा करो" अशा प्रकारचे आयुष्य जगतात आणि तरीही त्यांना स्वत:ची आध्यात्मिक प्रगती करायची असेल, त्यांनी या शाबरी मंत्राचा उपयोग करून आध्यात्मिक उन्नती साधू शकतात.

मात्र, या शाबरी मंत्राचा उच्चार करताना शुद्ध व स्पष्ट उच्चार करणे अत्यंत गरजेचे आहे. तसेच देव्हाऱ्यात दिवा लावूनच या मंत्राचा जप करावा. शाबरी मंत्रामध्ये अपार शक्ती असते आणि ती शक्ती आपल्याला पेलवता आली पाहिजे.

त्यामुळे शाबरी मंत्राचा जप हा देवासमोर बसूनच करावा. खाली दिलेल्या मंत्राचा जप सर्वांनी जरूर करावा व आपली आध्यात्मिक प्रगती साधावी. आपल्या जीवनातील सर्व दुःख, दैन्य व समस्या गणपती बाप्पाला सांगून श्रद्धेने हा शाबरी मंत्र जपावा.

ॐ नमो सिद्ध-विनायकाय सर्व-कार्य-कर्त्रे ।

सर्व-विघ्न-प्रशमनाय सर्व-राज्य-वश्य-करणाय ।

सर्व-जन-सर्व-स्त्री-पुरुष-आकर्षणाय श्रीं ॐ स्वाहा ॥

या मंत्राचा रोज माळेवर १०८ वेळा जप करावा. किंवा ५१ वेळा जप केला तरीही चालेल. मात्र जप नेहमी देवासमोर बसूनच करावा. चालता-फिरता किंवा उठता-बसता जप करू नये, ही नम्र विनंती.

कली चांगल्या माणसांचे कर्म कसे शुद्ध करतो आणि वाईट लोकांची अधोगती कशी करतो?

प्रथम हे समजून घेतले पाहिजे की कलियुगातील कली स्वतः वाईट नाही. तो त्याचे कार्य अत्यंत नियमानुसार आणि अचूकपणे करत आहे. माणसाचे कर्म जसे असते, तशीच फळे कली त्याला भोगायला लावतो. म्हणूनच आपले कर्म चांगले असणे अत्यंत आवश्यक आहे. एखादी स्त्री किंवा पुरुष संस्कारी, एकनिष्ठ आणि सदाचरणी असेल, परंतु त्यांच्या जोडीदाराकडून अनैतिक वर्तन घडत असेल, तर अशा प्रसंगांद्वारे कली त्या सदाचारी व्यक्तीचे कर्म शुद्ध करतो. आणि जे स्त्री-पुरुष अनैतिक संबंधांमध्ये गुंततात, त्यांना वेगवेगळ्या मार्गांनी अडकवून त्यांच्या कर्मानुसार अधोगतीकडे नेतो. येथे माणसाची स्वतःची वाईट कर्मेच आड येत असतात.

जे पती-पत्नी एकमेकांशी निष्ठावान राहतात, एकमेकांमध्ये वाद होऊ देत नाहीत, त्यांचे संसार सुखी असतात. हे त्यांच्या चांगल्या कर्मांचे फळ असून, हा देखील कलीचाच एक प्रकारचा आशीर्वाद मानला जातो.

जो मनुष्य दारूच्या व्यसनात, स्त्री-व्यसनात अडकतो, त्याची कली अधोगती करतो. काही वेळा तरुण मुलींना फसवून त्यांचे आयुष्य उद्ध्वस्त केले जाते. अशा घटना त्या व्यक्तींच्या स्वतःच्या असंस्कारी वर्तनामुळे घडतात. जे लोक वाईट कर्म करतात, त्यांनाच कलीचे कठोर फटके बसतात.

भांडणतंटे करणे, दुसऱ्यांचा पैसा लुबाडणे, फसवणूक करणे, खून-मारामाऱ्या, बलात्कार यांसारखी घृणास्पद कृत्ये करणाऱ्यांची कली निश्चितच अधोगती करतो. मात्र एखादी स्त्री किंवा पुरुष संस्कारी असेल, तर त्यांच्या आयुष्यात येणारे दुःख हे त्यांचे कर्म शुद्ध करण्यासाठी असते. लोकांकडून होणारा त्रास, अपमान, अन्याय यांद्वारे त्यांचे पापक्षालन घडते आणि त्यांचा उद्धार होतो. जे लोक वाईट बोलतात वाईट वर्तन करतात त्यांच्याकडूनच अधिक पाप घडवून कली त्यांची अधोगती घडवतो.

जे लोक चांगले कर्म करणारे, देव-धर्म मानणारे, साधे-सरळ जीवन जगणारे असतात, त्यांना कली अनेक अडचणी देतो. पण हा त्रास नसून तो त्यांच्या कर्मशुद्धीचा मार्ग असतो. याउलट जे लोक वाईट कर्म करतात, त्यांच्याकडून अधिकाधिक पाप करवून घेऊन कली त्यांना विनाशाकडे नेतो.

सून-सासू किंवा सासर्यांमधील छळ, कुटुंबातील विकृती, मुलांचे व्यभिचारी मार्गाकडे वळणे—या सर्व गोष्टी अनेकदा पालकांच्या वाईट कर्मांचे परिणाम असतात. कधी पालकांनी केलेली चुकीची कृत्ये मुलांना भोगावी लागतात, तर कधी मुलं चांगली असूनही पालकांच्या अधर्माचे फळ त्यांना सहन करावे लागते.

लबाडी, कंजूषपणा, फसवणूक ही कामे कली अत्यंत चोखपणे करतो, कारण अशा लोकांची अधोगती अटळ असते. समाज अनेकदा चांगल्या लोकांना त्रास देतो—हेही कलीचेच कार्य आहे, कारण चांगल्या लोकांचे कर्म शुद्ध करून त्यांचा उद्धार करणे आणि वाईट लोकांकडून अधिक पाप घडवून त्यांचा विनाश करणे, हेच कलीचे मुख्य कार्य आहे. एकदा पापाचे साम्राज्य उभे राहिले की त्या व्यक्तीची अधोगती निश्चित असते. हिंसा, अत्याचार, अनाचार ही कृत्ये कलीच्या प्रभावाखाली

घडतात. मागील जन्मातील वाईट कर्मांमुळे काही स्त्रिया या जन्मात चुकीच्या मार्गावर जातात, तर काही पुरुष दारू-स्त्री-व्यसनात अडकतात. त्यांना कली पैसा देतो, पण त्याचबरोबर अलक्ष्मीचा शाप देखील देतो.

कलीचा आशीर्वाद योग्य मार्गाने मिळाला, तर तो मुक्तीचा मार्ग दाखवू शकतो. मात्र त्यासाठी साधना उच्च कोटीची असावी लागते. कली सप्तऋषींना अत्यंत घाबरतो. सप्तऋषींची साधना केल्याने त्यांचे कवच साधकाभोवती निर्माण होते आणि त्या कवचामुळे कली कोणताही त्रास देऊ शकत नाही. उलट, तो संरक्षण करतो.

हे कलियुग आहे. त्यामुळे कली चांगल्या माणसांचे कर्म शुद्ध करणारच आणि वाईट माणसांची अधोगती करणारच. कलीशी योग्य प्रकारे मैत्री केली, तर तो जीवनाचा उद्धार देखील करतो. मात्र त्यासाठी सप्तऋषींचे कवच आपल्या भोवती असणे अत्यंत आवश्यक आहे. असा हा कलियुगातील कलीचा महिमा आहे. म्हणून सदैव चांगले कर्म करा, धर्माच्या मार्गावर राहा आणि स्वतःच्या आत्म्याचा उद्धार करून घ्या. मग कली कोणत्याही प्रकारचा त्रास देणार नाही, ना तुमची अधोगती करेल.

देवाशिवाय या जगात कोणीही खरे प्रेम देऊ शकत नाही

देव तो देवच असतो. या जगात देवाची जागा कोणीही घेऊ शकत नाही. संकटसमयी देवच आपल्याला मदतीला धावून येतो. जीवन योग्य प्रकारे जगायचे असेल, तर मनुष्याने देवाची कास धरली पाहिजे. देव जितका कठोर आहे, तितकाच तो प्रेमळही आहे. म्हणून देवावर जीवापाड प्रेम करावे, कारण त्या प्रेमाची खरी किंमत म्हणजे भक्ती होय. एकदा का मनुष्य भक्तीत पूर्णपणे रमून गेला, की भक्ताचा संपूर्ण कार्यभार ईश्वर स्वतः सांभाळतो. आपल्याला काय हवे, काय नको याची पूर्ण काळजी ईश्वर घेतो. आपल्या वाईट कर्मांपासून ते चांगल्या कर्मांपर्यंतची जबाबदारी ईश्वर स्वीकारतो. वाईट कर्मांची जबाबदारी म्हणजे—आपण केलेल्या चुकीच्या कर्मांचा जर मनापासून पश्चाताप झाला, तर ईश्वर थोड्या कष्टांतून आपल्याला त्या कर्मबंधनातून मुक्त करतो. पण त्यासाठी आपली भक्ती खरी आणि प्रामाणिक असली पाहिजे.

भक्ती लबाडीची नसावी; ती त्यागाची असावी. तरच ईश्वर आपल्याला मदत करतो. जर आपण देवाशी लबाडीने वागलो, तर ईश्वरही आपल्याशी तसेच वागतो. मनुष्याला जर खरे प्रेम हवे असेल, तर ईश्वरच ते उत्तम प्रकारे देऊ शकतो. भक्ती जर नि:स्वार्थ आणि प्रामाणिक असेल, तर ईश्वर आपली संपूर्ण जबाबदारी घेतो—संसाराचीही आणि अध्यात्माचीही.

जर मनुष्याला ईश्वराचे प्रेम प्राप्त करायचे असेल, तर त्याने आपली सर्व कर्मे ईश्वराला अर्पण करावी आणि निष्काम भावनेने भक्ती करावी. अशी भक्ती करावी की ईश्वरालाही आपल्या भक्ताची ओढ लागली पाहिजे. तरच त्या भक्तीचा खरा उपयोग होतो. परंतु जर भक्ती स्वार्थासाठी, केवळ भौतिक सुखांसाठी केली, तर ईश्वराचे प्रेम मिळत नाही; उलट ईश्वराची लाठी आणि काठी मिळते. त्या लाठी-काठीपासून मुक्ती हवी असेल, तर ईश्वराची प्रामाणिक भक्ती करावी.

ईश्वर हा बाजारातील भाजीपाला नाही; तो मनाचा आणि भावाचा भुकेला आहे. भावभक्तीनेच ईश्वर जागृत होतो. तेव्हाच मनुष्य आपला उद्धार करू शकतो. आपण जसे आपल्या मुलांवर आणि नातेवाईकांवर प्रेम करतो, तसेच जिवापाड प्रेम ईश्वरावर करावे. तेव्हाच तो आपल्याला सांभाळतो आणि आपल्या उद्धाराची संपूर्ण जबाबदारी घेतो.

म्हणून मनुष्याने तन-मन-धनाने ईश्वराशी समर्पित भावनेने भक्ती करावी आणि त्या भक्तीचा आनंद घ्यावा. मात्र हा आनंद घेत असताना इतरांना कोणतीही दुखापत होणार नाही, याची काळजी घेणे अत्यंत आवश्यक आहे.

मानसिक पाप कोणते आहे?

मानसिक पाप म्हणजे आपण जेव्हा इतरांविषयी मनातल्या मनात वाईट विचार करतो, तेव्हा ते पाप ठरते. इतरांचे वाईट व्हावे, त्यांचे नुकसान व्हावे, अशी सतत इच्छा किंवा चिंतन करणे हे मानसिक पाप आहे. इतरांना शिव्या-शाप देणे, त्यांच्या अपयशाची कामना करणे, दात-ओठ खात त्यांचे वाटोळे व्हावे असे मनात आणणे, इतरांच्या परिस्थितीचा किंवा कष्टांचा विचार न करता केवळ त्यांच्या वाईटावर लक्ष केंद्रित करणे — हे सर्व मानसिक पापाच्या श्रेणीत येते.

इतरांना तळतळाट देणे, मानसिक अपमान करणे, त्यांच्या अनुपस्थितीत निंदा-नालस्ती करणे, शिवीगाळ करणे, घाणेरडे शब्द वापरणे, राग, द्वेष आणि मत्सर मनात बाळगणे — ही सर्व मानसिक पापे आहेत. या मानसिक पापांचीही अत्यंत गंभीर शिक्षा असते, हे लक्षात ठेवले पाहिजे.

आता तुम्ही म्हणाल, "जर एखाद्या व्यक्तीने आपल्याला त्रास दिला असेल, तर आपण त्याच्याविषयी वाईट बोलू नये का?" एखाद्या व्यक्तीने तुम्हाला दीर्घकाळ त्रास दिला असेल, तर त्या वेदनेतून तुम्ही प्रतिक्रिया देऊ शकता. परंतु शेवटी प्रत्येकाला आपल्या कर्माची शिक्षा मिळतेच. त्यामुळे अनेक वेळा शांत राहणे हेच उत्तम ठरते. याचा अर्थ अन्याय सहन करायचा असा नाही. अन्याय सहन करत राहिलो, तर दुःख आणि वेदना वाढत जातात. जिथे अन्याय होतो, तिथे योग्य शब्दांत, योग्य मार्गाने त्याला विरोध करावा. मात्र मनात द्वेष, सूडभावना किंवा तिरस्कार साठवून ठेवू नये.

एक गोष्ट लक्षात ठेवा — वाकड्या झाडामागे कोणी लागत नाही; पण सरळ झाड तोडण्याचा प्रयत्न लोक करतात. समाजात वावरताना आपली वृत्ती स्थिर आणि संयमी ठेवावी. विनाकारण कोणी त्रास देत असेल, तर त्याच्या विरोधात आवाज उठवावा; पण एखाद्या साध्या, भोळ्या, देवभक्त माणसाला कारण नसताना त्रास देऊ नये. कोणाचाही द्वेष, मत्सर, निंदा-नालस्ती किंवा शिवीगाळ करू नये. आपण जे कर्म करतो — ते हाताने असो किंवा मनाने — त्याचा लेखाजोखा ईश्वराकडे लिहिला जातो. म्हणूनच या मनुष्यजन्माला कर्मयोगी जन्म म्हटले आहे. मग उगाच कशाला कोणाबद्दल वाईट बोलायचे? कशाला द्वेष-मत्सर करायचा? कशाला निंदा-नालस्ती किंवा टोमणे मारायचे?

ज्या कर्मामुळे दुःख आणि शिक्षा भोगाव्या लागतात, ते कर्म करायचेच कशाला?

“जो दुसऱ्यासाठी खड्डा खणतो, तोच माणूस कालांतराने त्या खड्ड्यात पडतो” — हे वाक्य प्रत्येकाने कायम लक्षात ठेवावे. जितके तुम्ही इतरांचे वाईट चिंतन कराल, तितके तुमचे स्वतःचे वाईट झाल्याशिवाय राहणार नाही.

म्हणून कोणाची तळतळाट घेऊ नका; उलट इतरांचा आशीर्वाद घ्या. जितके तुम्ही लोकांचे आशीर्वाद घ्याल, तितकी तुमची पुण्याई वाढेल. आणि जितका तुम्ही लोकांना त्रास द्याल, द्वेष-मत्सर कराल, तितके अधिक दुःख तुम्हाला भोगावे लागेल. हा ईश्वराचा अटल नियम आहे.

धंदा पाणी होत नाही? काय करायचं? व्यवसायात यश येण्यासाठी काय करावे

व्यवसायात यश येण्यासाठी सर्वप्रथम महालक्ष्मी व कुबेर यांची उपासना करणे अत्यंत आवश्यक आहे. आठवड्यातून किमान एकदा एखाद्या गरीब किंवा गरजू व्यक्तीस अन्नदान करावे. दान केल्याने लक्ष्मी प्रसन्न होते.

तुम्ही जो काही धंदा-व्यवसाय करता, त्याची वाच्यता लोकांमध्ये करू नये. म्हणजेच "माझा व्यवसाय खूप जोरात चाललाय, सगळं छान आहे" असे बोलणे टाळावे. व्यवसायाची प्रगती ही गुपित ठेवावी. गुपित ठेवल्यास वाईट नजर लागत नाही.

व्यवसाय चांगला चालावा यासाठी महालक्ष्मी व कुबेर यांची एकत्र उपासना करावी.

महालक्ष्मीची उपासना करण्याची पद्धत पुढीलप्रमाणे आहे— दररोज महालक्ष्मी अष्टक ११ वेळा वाचावे. मंगळवार व शुक्रवार या दिवशी महालक्ष्मीच्या मूर्तीला कुंकू अर्पण (कुंकुमार्चन) करावे.

"ॐ महालक्ष्मी नमः" हा मंत्र १०८ वेळा जपून देवीवर कुंकू अर्पण करावे.

अर्पण केलेले कुंकू वेगळ्या डबीत ठेवावे व दुसऱ्या दिवशी पुन्हा त्याच कुंकूने कुंकुमार्चन करावे. लहान गरीब मुलांना खाऊ द्यावा तसेच कावळ्याला अन्न व पाणी द्यावे.

कुबेर स्तोत्र दररोज ५ वेळा वाचावे.

"ॐ महालक्ष्मी नमः" हा मंत्र दररोज ५ माळा नियमित जपावा.
सर्वात महत्त्वाची गोष्ट म्हणजे — व्यवसाय चांगला चालू लागला तरी त्याची वाच्यता करू नये, ते गुपित ठेवावे.

दुकान किंवा व्यवसाय सुरू करताना सकाळी प्रथम गणपतीची पूजा, त्यानंतर महालक्ष्मीची पूजा करावी.

"ॐ गणेशाय नमः" हा मंत्र म्हणावा आणि नंतर "ॐ महालक्ष्मी नमः" हा मंत्र २१ वेळा म्हणावा.

कुंकू हातात घेऊन २१ वेळा मंत्र जपून कुंकुमार्चन करावे. यामुळे धंदा-पाणी उत्तम चालते व नकारात्मक शक्ती दूर होतात. व्यवसायात स्थैर्य यावे यासाठी दुर्गा सप्तशतीचा नियमित पाठ करावा. दररोज किमान दोन पाने वाचावीत.

व्यवसाय चांगला चालत असेल तर अहंकार धरू नये. आपण किती कमावतो, काय कमावतो हे कोणालाही सांगू नये, कारण सर्वांच्या नजरा चांगल्या नसतात.

"ॐ लक्ष्मी कुबेर नमः" हा मंत्र गिऱ्हाईक येत असताना मनातल्या मनात म्हणत राहावा. लक्षात ठेवणे कठीण वाटले तरी हा उपाय करणे आवश्यक आहे.

घरात पती-पत्नीमध्ये वाद होऊ देऊ नये. घरातील शांतता ही व्यवसायाच्या प्रगतीसाठी फार महत्त्वाची असते. दर शनिवारी दुकानात लिंबू-मिरची लावावी. त्यामुळे नकारात्मक ऊर्जा दूर होते. सर्वांत महत्त्वाचे म्हणजे आपले कर्म शुद्ध ठेवा. कर्म चांगले असेल तर ईश्वर सर्व बाजूंनी मदत करतो. आणि त्याहूनही महत्त्वाचे — संयम ठेवा, सर्व काही हळूहळू नीट होईल.

जीवनात आलेले दुःख भोगून संपवा आणि जीवनाचा उद्धार करा

या जगात प्रत्येकाच्या वाट्याला काही ना काही दुःख, संकट, मनस्ताप आलेलाच असतो. या जगात पूर्णतः सुखी असा एकही प्राणी नाही. दुःख आले की माणूस ईश्वरालाच दोष देतो, देवाबद्दल वाईट बोलतो.

"मी एवढी देवभक्ती करतो, तरी देव मला इतका दुःखी का ठेवतो?" असे प्रश्न मनात येतात. पण सत्य हे आहे की देव आपले दुःख कमी करणार नाही; ते दुःख आपल्यालाच भोगून संपवावे लागते. ईश्वर फक्त आपल्याला सहनशक्ती देतो—त्या दुःखाला सामोरे जाण्याची ताकद देतो. कर्मभोगामध्ये देव हस्तक्षेप करत नाही. जे भोग आहेत, ते भोगूनच संपवायचे असतात.

ईश्वराकडे प्रत्येक माणसाच्या कर्मांचा हिशेब असतो. सुख मिळाले की माणूस म्हणतो, "मी खूप पुण्य केले म्हणून हे सुख मिळाले." पण दुःख आले की तो देवाला दोष देतो. प्रत्यक्षात, आपण या जन्मात किंवा पूर्वजन्मात केलेल्या वाईट कर्मांचेच परिणाम म्हणून आपल्याला दुःख भोगावे लागते. त्यात ईश्वराचा काहीही दोष नसतो.

आपण ईश्वराची भक्ती करतो म्हणजे ईश्वरावर काही उपकार करतो, असे नाही. उलट, भक्तीच्या माध्यमातून ईश्वर आपले प्रारब्धाचे भोग कमी करतो—हेच ईश्वराचे आपल्यावर असलेले मोठे उपकार आहेत. जसे-जसे प्रारब्धाचे भोग कमी होत जातात, तसतसा आपला आत्मा शुद्ध होत जातो. आत्मा शुद्ध झाला की मग दुःख उरत नाही.

जीवनात प्रत्येकालाच पैशांची अडचण, आजार, घरगुती समस्या, सुख-दुःख यांचा सामना करावा लागतो. ही सर्व कर्मांची फळे आहेत. त्या भोगांतून सुटायचे असेल, तर सर्वात आधी सहनशक्ती आवश्यक आहे.

ईश्वरा जवळ एवढेच मागावे: **"देवा, मला सहनशक्ती दे, जेणेकरून मी या दुःखावर मात करू शकेन आणि या कर्मभोगातून मुक्त होऊ शकेन."**

पण माणूस तसे करत नाही. तो देवाकडे सतत भौतिक सुखांची मागणी करत राहतो. दुःख भोगूनही तो थांबत नाही; अजून काहीतरी हवेच असते. भौतिक सुखांच्या मागे लागले की दुःखाचीच पायरी चढावी लागते.

म्हणून मनातील इच्छा, आकांक्षा आणि वासनांचा त्याग करा. नशिबात जे दुःखभोग आहेत, त्यांना सामोरे जा, ते भोगा आणि संपवा—एकदाच पूर्णपणे.

हे कसे करायचे?

ईश्वराचे नामस्मरण करा, भक्ती करा, मनापासून देवावर प्रेम करा, संतांचे ग्रंथ वाचा. काही जण म्हणतात, "हे सर्व करूनही आमचे दुःख संपत नाही."

लक्षात ठेवा—जी माणसे आयुष्यात खूप दुःख भोगतात, देवभक्त असूनही प्रामाणिक राहून कष्ट सहन करतात, त्यांचा प्रवास मुक्तीकडे चाललेला असतो. आणि ज्यांच्या नशिबी केवळ सुख, वैभव आणि ऐश्वर्य असते, त्यांची कर्मेच अनेकदा वाईट असतात. ते देवधर्म मानत नाहीत आणि त्यांचा प्रवास अधोगतीकडे, वेगवेगळ्या योनींमध्ये जन्म घेण्याकडे असतो.

म्हणून जीवनात जे दुःख येते, त्याला आनंदाने सामोरे जा. हे दुःख म्हणजे ईश्वराने दिलेला प्रसाद आहे, असे समजा. देवाकडे फक्त सहनशीलता मागा. दुःखावर मात करून जीवन जगा. दुःख असताना देवाला दोष देऊ नका.

देव कोणाच्याही कर्मांचा भागीदार नाही. आपणच आपली कर्मे घडवतो आणि आपणच दुःख ओढवून घेतो. ती कर्मफळे आपल्यालाच भोगून संपवावी लागतात.

ईश्वराच्या भक्तीत रमायचे, नामस्मरण करायचे आणि अनेक दुःख असूनही आनंदी राहायचे—हा जीवनाचा मार्ग ठेवला, तरच आत्म्याचा खरा उद्धार होतो.

देवा, देवाकडून देवच मागावा देवा मला तूच पाहिजे, तुझ्याशिवाय काहीही नको

तुम्हाला हा शीर्षक वाचून थोडेसे अजब वाटले असेल. पण या धकाधकीच्या, स्पर्धात्मक आणि धावपळीच्या जीवनात जर खरोखर टिकायचे असेल, तर देवाची कास धरणे अत्यंत आवश्यक आहे. कारण ईश्वर आपले तांत्रिक करणी, बाधा, वाईट गोष्टी आणि वाईट लोकांपासून सतत संरक्षण करत असतो. देव आपल्या प्रत्येक क्षणाची काळजी घेत असतो.

जर आपण देवाकडे फक्त एकच मागणे मागितले — **"देवा, मला तुझ्याशिवाय काही नको. तू नेहमी माझ्याजवळ राहा."** — तर ईश्वर केवळ आपलीच नाही, तर आपल्या संपूर्ण परिवाराची जबाबदारी स्वतः घेतो. आपल्याला काय हवे, काय नको, काय योग्य आहे आणि काय अयोग्य आहे, हे सर्व देव जाणतो. तो आपल्याला प्रत्येक संकटातून बाहेर काढतो.

कोणी आपल्यावर काळी जादू करत असेल, वाईट नजरेने पाहत असेल, शिव्या-शाप देत असेल, तर त्या सर्व नकारात्मक गोष्टी ईश्वर त्यांच्यावरच परत पाठवतो. आपल्याला किंचितही इजा होऊ देत नाही. आपल्या मनातील प्रत्येक भावना, विचार आणि कर्म ईश्वर ओळखतो. आपण कोणते कर्म करतो आहोत, आणि आपले कर्म अधिक चांगले कसे होईल, याकडे तो अत्यंत बारकाईने लक्ष ठेवतो. आपल्याकडून वाईट कर्म घडू नये, यासाठी देव सतत जागरूक असतो.

देव आपले सर्व बाजूंनी रक्षण करतो. म्हणूनच देवाजवळ फक्त एवढेच मागावे — "देवा, तूच मला पाहिजेस."

परंतु मनुष्य मोह आणि संसारात इतका गुरफटून जातो की त्याला देवाची आठवणही राहत नाही. दुःख आले की तो देवाला आठवतो, पण सुख आले की देवाला पूर्णपणे विसरतो. दुःखाचे श्रेय देवाला देतो, आणि सुख आले की अहंकाराने म्हणतो — हे माझ्या कर्मामुळे, माझ्या कर्तृत्वामुळे झाले.

अशा अवस्थेत ईश्वर आपल्याला कसा भेटेल? कलियुगात प्रत्यक्ष ईश्वरदर्शन शक्य नसले, तरी देवाजवळ एक प्रार्थना आपण नक्की करू शकतो — "देवा, तू माझ्याजवळ सदैव राहा."

संसारातील नश्वर, मायिक गोष्टी मागून काहीच शाश्वत मिळत नाही. उलट अशा गोष्टी मागितल्याने आपली पुण्याई नष्ट होते. मायिक सुख मिळाल्यावर मोह, अहंकार आणि विकार निर्माण होतात, आणि त्यातच आपले पुण्य क्षीण होते.

मानवाच्या गरजा कधीच संपत नाहीत. तो कितीही अध्यात्मिक असला तरी ही,जर त्याने देवाकडे देवच मागितला, तर देव आपोआप त्याच्या सर्व गरजा आणि इच्छा पूर्ण करतो. सर्वात महत्त्वाचे म्हणजे, देव आपल्याकडून वाईट कर्म होऊ देत नाही. आपल्याकडून अधिकाधिक चांगले कर्म कसे घडेल, पुण्यकर्म कसे मिळेल, याचाच देव सतत विचार करत असतो. भक्त मोहात अडकू नये, याची पूर्ण काळजी भगवंत घेतो. पण माणूस अल्पबुद्धी असल्यामुळे हे समजून घेत नाही. तो देवाकडून देव न मागता, मायिक गोष्टी मागतो आणि नकळत स्वतःच्या आयुष्याचा नाश करतो. पण जर देवाकडे देवच मागितला, तर त्या माणसाच्या जीवनात कधीच काही कमी पडत नाही. अशक्य वाटणाऱ्या गोष्टीही शक्य होतात. देव मुक्तीचा मार्ग दाखवतो. या जन्मात मुक्ती मिळो वा न

मिळो, पण पुढील जन्मात ईश्वर मुक्ती निश्चितच देतो.

म्हणून देवाकडून मायिक, नश्वर गोष्टी कधीही मागू नयेत. त्या मागितल्या तर विकार वाढतात. पण देवाकडून देवच मागितला, तर उद्धार निश्चित होतो आणि मुक्तीचा मार्ग प्राप्त होतो. देवासारखा साधा, भोळा, सुंदर आणि प्रेमळ या जगात कोणीही नाही. आपण जितके प्रेम देवावर करतो, तितकेच भगवंत आपल्यावर करतो. त्या प्रेमाची पावती म्हणून तो आपल्याला मुक्तीचा मार्ग दाखवतो.

असा हा गोड भगवंताला कधीही विसरू नका. देवाकडे स्वार्थाने पाहू नका, तर भक्तिभावाने पहा.देवाजवळ फक्त भक्ती मागा कारण भक्तीमध्येच जीवनाचे आणि आयुष्याचे खरे कल्याण दडलेले आहे.

परमार्थ म्हणजे जीवनाची दिशा

परमार्थ म्हणजे जीवनाला योग्य दिशा देऊन जीवनाचा खरा अर्थ शोधणे. चांगले आचरण, धर्मानुसार वागणे, देवाचे चिंतन करणे आणि लोकसेवेसाठी स्वतःला अर्पण करणे म्हणजे परमार्थ. आपण आत्मा आहोत; शरीर आत्मोद्धारासाठी मिळाले आहे—त्या आत्म्याचा शोध घेणे हाच परमार्थ. त्या आत्म्याला परमात्म्याशी एकरूप करणे. मानवी देह मिळालेला आहे. त्या देहाला ईश्वराच्या भक्तीमध्ये अखंडित गुंतून ठेवून आत्म्याचा उद्धार करणे.

सर्व कर्म देवाला अर्पण करून, मृत्यूपर्यंत जीवन इतरांच्या सुखासाठी घालवणे, वाईट विचार टाळून नामस्मरणात रमणे हा परमार्थ आहे. तो केवळ संन्यासासाठी नाही; संसारात राहूनही करता येतो. विहित कर्म आणि परमार्थ यांचा संगम पुण्य देतो, जे जीवनात सुख व धैर्य देते.

खरी संपत्ती परमार्थ आहे. सद्गुणांशिवाय संपत्ती निरर्थक ठरते. मनुष्यजन्म फक्त कष्टासाठी नव्हे, तर दुःखातून मुक्तीसाठी आहे. नामस्मरण, सद्गुणांची जोपासना आणि ईश्वरभक्ती यातून आत्मा ईश्वराशी एकरूप होतो—हेच खरे परमार्थ.

तीर्थयात्रा मानसिक समाधान देते; आत्मिक शांती मात्र भक्ती व नामस्मरणातून मिळते. प्रगती करताना अहंकार टाळा, कारण ईश्वर सद्गुणांत वास करतो. म्हणून सद्गुणांची कास धरून परमार्थ करा—संसार सुखी होईल आणि आत्मोद्धार साधेल.

परमार्थ म्हणजे केवळ धार्मिक विधी किंवा उपासना नव्हे, तर स्वतःचे जीवन शुद्ध करून ईश्वरप्राप्तीकडे नेणारा आचरणाचा मार्ग होय.

परमार्थाचा अर्थ

- 'पर' म्हणजे श्रेष्ठ, 'अर्थ' म्हणजे ध्येय.
- म्हणजेच जीवनाचं सर्वोच्च ध्येय साध्य करणं हेच परमार्थ.

परमार्थाचे मुख्य आधार

- आत्मचिंतन – मी कोण आहे? माझं जीवन कशासाठी आहे? याचा सतत विचार.
- कर्मशुद्धी – वाईट कर्म टाळून सत्कर्म करणं.
- भक्ती – ईश्वरावर निःस्वार्थ प्रेम, अपेक्षारहित उपासना.
- सेवा – गरजू, दुःखी लोकांची मदत करणं.
- अहंकाराचा त्याग – 'मी'पणा कमी करून 'तोच कर्ता' मानणं.
- सत्य व संयम – सत्य बोलणं, इंद्रियांवर नियंत्रण ठेवणं.

परमार्थ म्हणजे काय नाही?

- फक्त देवळात जाणं म्हणजे परमार्थ नव्हे
- फक्त जप-तप करून अहंकार वाढवणं म्हणजे परमार्थ नव्हे
- लोकांना दाखवण्यासाठी धर्म करणं म्हणजे परमार्थ नव्हे

खरा परमार्थ कसा ओळखाल?

- मन शांत होतं.
- वासना, क्रोध, लोभ कमी होतो.
- दुसर्यांच्या वाईट बोलण्याचे वाईट वाटत नाही.
- दुःखातही ईश्वरावर श्रद्धा टिकून राहते.
- आत्मिक शांती, समाधान आणि मोक्षमार्गाची सुरुवात.

थोडक्यात सांगायचं तर— परमार्थ म्हणजे संसारात राहूनही संसाराच्या बंधनातून मुक्त होण्याची कला.

ज्ञान म्हणजे काय?
अज्ञान म्हणजे काय?
मनुष्य कसा गुंततो?

आत्मा म्हणजे काय, मनुष्यजन्म कशासाठी मिळाला आहे, आणि या जन्माचा उद्धार कसा करायचा—हे समजून घेणे म्हणजेच खरे ज्ञान होय. हे जग नश्वर आहे आणि येथील सर्व गोष्टी क्षणभंगुर आहेत. या नश्वरतेतून बाहेर पडून ईश्वराची भक्ती कशी करावी, ईश्वराला कसे प्राप्त करावे, मुक्तीचा मार्ग कसा मिळवावा, आणि मुक्तीसाठी कोणती साधना व उपासना करावी—याचे भान ज्याला असते, त्यालाच ज्ञानी म्हणतात.

अज्ञान म्हणजे भौतिक गोष्टींमध्ये पूर्णपणे गुंतून जाणे, त्यांनाच सत्य मानणे आणि ते मिळवण्यासाठी अतोनात धडपड करणे. ईश्वराची भक्ती करताना केवळ भौतिक सुखासाठी त्याच्याकडे मागणे, ईश्वराचा उपयोग स्वार्थासाठी करणे—हे अज्ञानाचे लक्षण आहे. ईश्वराच्या सानिध्यात का राहावे, याचे भान नसणे म्हणजे अज्ञान.

मोहात अडकून स्वार्थासाठी जगणे, इतरांना दुखावणे, वाईट विचारांच्या अधीन होणे आणि ज्ञानी व्यक्तींशी दगा करणे—हे सर्व अज्ञानाचाच भाग आहे. ज्ञानी मनुष्याचा उद्धार होतो, तर अज्ञानी मनुष्याचा शेवटी नाश होतो आणि त्याला दुःखद यातना भोगाव्या लागतात.अज्ञानी व्यक्तीची बुद्धी भ्रष्ट झालेली असते. पुण्याई नसल्यामुळे त्याच्याकडे ज्ञान नसते आणि मायिक गोष्टींच्या मोहामध्ये अडकल्या मुले तो सतत वाईट कर्म करीत राहतो. देव-धर्म मान्य असल तरी तो ईश्वराचा उपयोग केवळ स्वार्थासाठी करतो, म्हणून तो पापांच्या जाळ्यात अडकतो आणि शेवटी विनाशाला सामोरा जातो.

ज्ञानी मनुष्य मात्र देव, धर्म आणि देशाची सेवा करतो. ईश्वरज्ञान त्याला अवगत असते आणि ईश्वरप्राप्तीची तीव्र तळमळ असल्यामुळे तो मायेच्या मोहात अडकत नाही. त्याला एकच मार्ग दिसतो—तो म्हणजे मुक्तीचा मार्ग. त्यामुळे तो वाईट कर्म करत नाही, कोणाला दुखावत नाही, आणि मनापासून ईश्वराची भक्ती करतो.

भक्तीत रमून तो सत्कर्म करतो, संतांच्या विचारांनुसार जीवन जगतो आणि त्यांच्याच मार्गावर चालतो. देव आणि संतांचा आशीर्वाद त्याच्यावर सदैव असतो. अज्ञानी मनुष्य मात्र पापकर्मांमुळे वाईट प्रवृत्तींच्या अधीन राहतो आणि त्याला देवकृपेचा लाभ मिळत नाही. म्हणूनच अज्ञानी मनुष्याचा शेवटी विनाश होतो, तर ज्ञानी मनुष्याचा उद्धार होतो आणि त्याला मुक्तीचा मार्ग प्राप्त होतो. म्हणून प्रत्येकाने सदैव ज्ञानी राहण्याचा प्रयत्न करावा आणि अज्ञानात अडकून आपल्या जीवनाचा नाश करू नये.

कर्जनिवारणाचा उपाय
पैशांचा प्रश्न दूर होण्यासाठी

कर्जनिवारणासाठी कॉइन कसा सिद्ध करायचा ते पुढीलप्रमाणे आहे. एक रुपयाचा किंवा दोन रुपयांचा एक कॉइन घ्या. त्या कॉइनला हळद-कुंकू लावा. **"ॐ महालक्ष्मी नमः"** हा मंत्र म्हणत तो कॉइन हातात धरून १०८ वेळा जप करा. त्यानंतर पुन्हा हळद-कुंकू व अक्षता अर्पण करून महालक्ष्मी मातेकडे मनोभावे विनंती करा:

"हे मातेश्वरी, तू धनाची देवता आहेस. या कॉइनरूपी धनामध्ये तू वास कर आणि माझी सर्व कर्जे दूर कर. माझ्या घरात पैसा व समृद्धी नांदो."

हा कॉइन देवघरात ठेवावा. रोज त्या कॉइनची पूजा करावी. एका हातात कॉइन धरून **"ॐ महालक्ष्मी नमः" हा मंत्र ४१ वेळा रोज जप करावा.** हा उपाय नियमित व श्रद्धेने करावा. यामुळे पैशांचा प्रश्न हळूहळू कमी होतो.

तसेच, दर महिन्याला मिळणाऱ्या उत्पन्नातून (पगारातून) थोडी रक्कम—उदा. १०० किंवा २०० रुपये—गरिबांना अन्नदानासाठी वापरावी. यामुळे दारिद्र्ययोग कमी होतो आणि शुक्र ग्रह मजबूत होण्यास मदत होते. दर शुक्रवारी महालक्ष्मी मातेचे महालक्ष्मी अष्टक २१ वेळा पठण करावे. उपासना व साधना श्रद्धेने केल्यास महालक्ष्मी मातेची कृपा निश्चित होते.

यासोबतच, कोणत्याही मोहाला बळी पडू नये. मोहात पडल्यास अधिक दु:ख व त्रास सहन करावा लागतो. ईश्वराने ज्या स्थितीत ठेवले आहे, त्यात समाधानाने राहण्याचा प्रयत्न करावा. रात्रीची उष्टी-खरकटे भांडे बेसिनमध्ये साठवू नयेत. सकाळी कचरा घराबाहेर काढावा. फाटलेले कपडे घालू नयेत.

या छोट्या-छोट्या गोष्टी पाळल्यास पैशांचा प्रश्न नक्कीच कमी होतो. सर्वात महत्त्वाचे म्हणजे, कोणालाही पाणी किंवा अन्न हवे असल्यास ते नाकारू नये. कर्म चांगले ठेवा—देवी आई तुमच्यावर नक्कीच कृपा करेल

इतकं सर्वांचं करूनही मान-सन्मान मिळत नाही

काही साधी-सुधी, सात्विक माणसं असतात. ती समाजासाठी, घरच्यांसाठी, नातेवाईकांसाठी वेळप्रसंगी धावून जाऊन मदत करतात. पण अनेकदा अशा लोकांचा उपयोग करून घेतला जातो आणि उलट त्यांनाच टीका, अपमान सहन करावा लागतो. त्यामुळे ही सात्विक माणसं मनातून निराश होतात, कारण ती मनाने हळवी असतात आणि असे आघात ते सहन करू शकत नाहीत.

इथे एक महत्त्वाची गोष्ट लक्षात घ्या—तुम्ही जे चांगले कर्म करता, ते निष्काम भावनेने करा. समाजाकडून किंवा नातेवाईकांकडून मान-सन्मानाची अपेक्षा धरू नका. कोणी आपल्याला चांगले बोलेल किंवा वाईट बोलेल, यासाठी कर्म करू नये. आपले मन स्वच्छ ठेवा, चांगल्या भावनेने मदत करा आणि आपल्या खात्यात पुण्य जमा करा.

समोरच्याने तुमची किंमत ठेवली नाही किंवा अपमान केला तरी ते मनावर घेऊ नका. जितके कर्म निष्काम भावनेने कराल, तितकी पुण्याई वाढते. प्रामाणिक आणि निष्काम कर्माला ईश्वरी आशीर्वाद असतो, आणि तो सदैव तुमच्यासोबत राहतो.

साधी, भोळी, सात्विक माणसं ईश्वरी शक्तीच्या संरक्षणाखाली असतात. त्यामुळे त्यांनी कधीही निराश होऊ नये. आपले कर्म करत राहावे, फळाची अपेक्षा सोडावी. प्रत्येकाचे मन जपण्याच्या नादात स्वतःचा आनंद गमावू नका. तुम्ही चांगले कर्म करत आहात, एवढे ईश्वराला माहीत असणे पुरेसे आहे.

तुम्हाला दुःख यासाठी होते की आपण समोरच्याकडून अपेक्षा ठेवतो. ती अपेक्षा सोडली तर जीवन आपोआप सुखी होते. इतरांना मदत करण्याची वृत्ती हे ईश्वरी तत्त्व आहे आणि ते आपल्याला पुण्य देते. अशा सात्विक माणसाला कोणी त्रास दिला तर त्याचा न्याय ईश्वर करतो. म्हणून जो कोणी आपल्याला प्रामाणिकपणे मदत करतो, त्याचे ऋण विसरू नये आणि त्याला योग्य तो मान-सन्मान द्यावा.

अपेक्षाविरहित कर्म करा, ईश्वराची भक्ती करा, प्रत्येक कर्म ईश्वराला अर्पण करा — आणि आनंदी जीवन जगा

ईश्वराची उच्च भक्ती म्हणजे प्रेम मय भक्ती ; ही भक्ती फक्त सद्गुरु कृपेनेच प्राप्त होते

आपल्या संतांनी केलेली जी सर्वोच्च भक्ती आहे, ती केवळ भावनिक प्रेम नसून ती एक दिव्य अवस्था आहे. या अवस्थेत साधक जेव्हा कोणत्याही देवतेचे स्मरण किंवा मंत्रजप करतो, तेव्हा त्या देवतेचे त्याला ध्यानात साक्षात दर्शन घडते. गणपतीचा मंत्र केल्यास गणपतीचे, ऋषींचे मंत्र केल्यास त्या ऋषींचे ध्यानात दर्शन होते. देवाची स्तुती करताना देव हसताना, संवाद साधताना अनुभूती देतो.

साधकाचे आराध्य दैवत त्याच्याशी सतत संवाद साधत असते. मंदिरात गेल्यावर देवता आशीर्वाद देण्यासाठी तत्पर असतात . त्या अवस्थेत मन, बुद्धी व सर्व विकार पूर्णपणे ईश्वरभक्तीत विलीन होतात. ईश्वर एके ईश्वर अशी स्थिती निर्माण होते. ध्यानाला बसल्यावर देवदेवतांचे, संतांचे, योगींचे दर्शन घडते आणि त्यांच्या जीवनातील घटनाही अनुभूतीच्या रूपाने दिसतात.

या भक्तीत साधक दिवसभर ध्यान व भक्तीची आस धरून असतो. ही अवस्था केवळ साधनेने नाही तर सद्गुरु कृपेने प्राप्त होते. या प्रेममयी भक्तीत अहंकार, द्वेष, मत्सर नसतो. प्रत्येक प्राण्यात ईश्वराचे दर्शन घडते. ग्रंथ वाचताना त्यातील संत, सिद्ध पुरुष जणू प्रत्यक्ष समोर उभे राहतात.

खरे तर प्रेममयी भक्ती प्राप्त झाल्यावर साधकाला फार ग्रंथवाचनाची गरज उरत नाही; तरीही प्रेमापोटी ईश्वर ती अनुमती देतो. या अवस्थेत आत्मा सूक्ष्मरूपाने विविध लोकांत भ्रमण करतो, देवता व संतांचे दर्शन घेतो आणि आवडते संत साधकाशी संवाद साधतात. या ह्या

ह्या भक्तीचा आनंद हा वेगळाच आहे.

ही केवळ कल्पना किंवा ध्यानाचा अनुभव नसून साधकाची दैविक शक्ती वाढल्यामुळे घडणारी अनुभूती असते. पूर्वपुण्य, या जन्मातील पुण्य, सद्गुरु कृपा, संतकृपा आणि ईश्वरी कृपा यांमुळेच ही प्रेममयी भक्ती प्राप्त होते.

गणपतीच्या मूर्तीसमोर उभे राहिल्यावर साक्षात गणपतीचे, पांडुरंगाच्या दर्शनाला गेल्यावर पांडुरंगाचे, संतांच्या समाधीस्थळी गेल्यावर संतांचे आशीर्वाद मिळतात—यालाच प्रेममयी भक्ती म्हणतात.

ही भक्ती फक्त सद्गुरु कृपेनेच मिळते. त्यासाठी मायेच्या विळख्यातून बाहेर पडणे, मनातील विकार नष्ट करणे, सद्गुरु चरणी पूर्ण शरण जाणे आणि कोणाचाही द्वेष, मत्सर, अपमान किंवा कमी लेखणे टाळणे अत्यंत आवश्यक आहे. तेव्हाच सद्गुरु कृपेने ही सर्वोच्च प्रेममयी भक्ती प्राप्त होते.

मनुष्य ज्या गोष्टीचे चिंतन करतो, त्याच योनीत त्याला जन्म प्राप्त होतो

श्रीपाद वल्लभांच्या चरित्रामध्ये एक कथा येते. एका ब्राह्मणाचा मुलगा मागील जन्मी वाघाचा सांभाळ करत होता. त्या वाघावर त्याचे प्रेम होते; पण अहंकारामुळे तो त्याला अन्न न देता उपाशी ठेवत असे आणि त्याच्याकडून भरपूर काम करून घेत असे. या कर्मामुळे त्या जीवाला पुढील जन्मात मतिमंद अवस्था प्राप्त झाली.

पुढे तपश्चर्येच्या काळात त्याची भेट पुन्हा त्या वाघाशी होते. वाघावर असलेल्या तीव्र प्रेमामुळे तो त्या प्रेमात इतका गुंततो की त्याला वाघाचेच रूप प्राप्त होते. वाघाच्या रूपात तो जंगलात राहून श्रीपाद वल्लभांच्या भक्तांचे संरक्षण करतो.

आज अनेक लोक कुत्रे, मांजरी व इतर प्राणी पाळतात. प्राणी पाळणे किंवा त्यांच्यावर प्रेम करणे चुकीचे नाही; उलट ते पुण्याचेच कार्य आहे. पण जेव्हा मनुष्य त्या प्रेमामध्ये अतिशय गुंतून जातो, प्राण्यांशिवाय राहू शकत नाही, तेव्हा त्या आसक्तीमुळे पुढील जन्म त्या प्राण्याच्या योनीत मिळू शकतो.

आपले शास्त्र सांगते की, मनुष्य ज्या गोष्टीवर जिवापाड प्रेम करतो, ज्या गोष्टीचे सातत्याने चिंतन करतो, तोच भाव पुढील जन्माचे कारण ठरतो. कुत्रा, मांजर किंवा इतर कोणत्याही प्राण्यावर अत्यंत आसक्तीने प्रेम केल्यास, त्या प्रेमात पूर्णपणे अडकले तर त्याच योनीत जन्म मिळतो. आई-वडिलांवर अत्यंत प्रेम असल्यास त्यांच्याच कुटुंबात जन्म मिळतो. पत्नीवर अत्यधिक आसक्ती असल्यास पुढील जन्म स्त्रीदेहात मिळू शकतो.

तसेच, एखाद्या प्राण्यावर हिंसा किंवा अत्याचार केल्यास त्याचेही गंभीर परिणाम भोगावे लागतात आणि त्या कर्मानुसार योनी प्राप्त होते. मनुष्यजन्म हा पूर्णतः कर्मावर अवलंबून आहे आणि आपल्या कर्मांकडे ईश्वराचे सूक्ष्म लक्ष असते.

म्हणूनच, पुढील जन्म श्रेष्ठ हवा असेल तर ईश्वरभक्ती आवश्यक आहे. दुर्गा मातेची भक्ती केल्यास दुर्गालोक, श्रीविष्णूची भक्ती केल्यास विष्णुलोक, नवग्रहांची भक्ती केल्यास ग्रहलोक, पितरांची भक्ती केल्यास पितृलोक प्राप्त होतो. भूत-प्रेतांची उपासना किंवा तंत्रविद्या करणारे मृत्यूनंतर भूतयोनीत जातात. भूतयोनी अत्यंत भयानक मानली जाते, कारण त्या अवस्थेत जीव हजारो वर्षे अडकून राहतो.

मनुष्य ज्या गोष्टीची भक्ती करतो, ज्या देवतेचे नामस्मरण करतो, मृत्यूनंतर त्याच स्वरूपाची प्राप्ती होते. अखंड नामस्मरण केल्यास ती देवता जीवाचे संरक्षण करून त्याला आपल्या लोकात घेऊन जाते.

म्हणून सर्व जीवांवर प्रेम करा, माणसांवरही प्रेम करा; पण त्या प्रेमामध्ये अडकू नका. आसक्ती निर्माण होईल इतके प्रेम करू नका की ईश्वराचा विसर पडेल. लोभ फक्त ईश्वरी भक्तीचा ठेवा, मोह फक्त ईश्वराच्या नामाचा ठेवा. तेव्हाच आत्मोद्धार निश्चित होईल. या जगात प्रत्येकाला मृत्यू अटळ आहे आणि मृत्यूनंतर कर्मानुसार वेगवेगळ्या योनी प्राप्त होतात. त्यामुळे आपण कसे प्रेम करतो, कसे कर्म करतो, याचा विचार करूनच आचरण करणे अत्यंत आवश्यक आहे.

नवग्रहांचा त्रास कसा कमी करावा? त्यावर उपाय काय आहेत?

नवग्रहांचा त्रास मनुष्याला झाला की त्याच्या जीवनातील आनंदच निघून जातो. कौटुंबिक कलह, मानसिक तणाव, विविध प्रकारचे आजार, पैशांची अडचण, जीवनात यश न मिळणे, लोकांचा द्वेष-मत्सर, टीका सहन करावी लागणे—या सर्व गोष्टी ग्रहदोषांमुळे अनुभवास येतात.

हा त्रास कमी कसा करायचा, हे आता पाहूया. सर्वप्रथम आपल्या सद्गुरूंना शरण जाणे अत्यंत आवश्यक आहे. सद्गुरूंनी दिलेल्या मंत्रांचा जास्तीत जास्त जप करावा. दररोज नवग्रह स्तोत्राचे अकरा वेळा वाचन करावे.

ज्यांना पैशांचा किंवा वैवाहिक जीवनातील त्रास आहे, त्यांचा शुक्र ग्रह दुर्बल असतो. अशा व्यक्तींनी महालक्ष्मी मातेची श्रद्धेने पूजा करावी.

"ॐ शुक्राय नमः" हा मंत्र रोज एक किंवा तीन माळा जपावा. ज्यांची आध्यात्मिक प्रगती होत नाही, त्यांचा गुरु (बृहस्पती) दुर्बल असतो. त्यांनी

"ॐ बृहस्पतये नमः" हा मंत्र दररोज तीन माळा जपावा. त्यामुळे गुरु ग्रह प्रबळ होतो.

ज्यांना शनीची साडेसाती चालू आहे, त्यांनी **"ॐ शनैश्चराय नमः"** हा मंत्र तीन माळा जपावा.

ज्यांना खूप राग येतो, कोणी थोडेसे बोलले तरी लगेच चिडतात, त्यांचा मंगळ ग्रह अशुभ असतो. अशा लोकांनी **"ॐ गणेशाय नमः"** किंवा **"ॐ मारुती नमः"** हा मंत्र जपावा.

ज्यांना खूप भीती वाटते, आत्मविश्वास नसतो, त्यांचा चंद्र (सोम) ग्रह दुर्बल असतो. त्यांनी

"ॐ सोमाय नमः" हा मंत्र रोज तीन माळा जपावा. सर्वात महत्त्वाचे म्हणजे नवग्रह स्तोत्राचे अकरा वेळा नियमित वाचन करावे. यामुळे हळूहळू ग्रहांचे त्रास कमी होतात.

ग्रह आपल्याला त्रास का देतात? कारण आपले कर्म जर वाईट असेल, तर ग्रह त्याचे फळ देतात. जर कर्म चांगले असेल आणि साडेसाती आली तरी ती साडेसाती शुभ फळ देऊ शकते, हे लक्षात ठेवा. ग्रहांचे कामच आहे कर्मानुसार फळ देणे.

म्हणूनच प्रथम कर्मशुद्धीवर लक्ष द्या. फक्त देवपूजा करून उपयोग नाही, तर आपले आचरण पन उत्तम पाहिजे.संतांच्या विचारांप्रमाणे वागा. उद्धटपणा, अहंकार, चुकीचे वर्तन टाळा.

नवग्रहांच्या त्रासात बहुतेक वेळा पैशांची अडचण येते. अशावेळी दर शुक्रवारी महालक्ष्मी मातेला कुंकुमार्चन करावे. जोपर्यंत आर्थिक अडचण सुटत नाही, तोपर्यंत ही सेवा चालू ठेवावी.

दान-धर्म करण्याचा प्रयत्न करा. गाणगापूर, पंढरपूर यांसारख्या पवित्र स्थळांची वारी करा. प्रत्यक्ष शक्य नसेल, तर मनोभावे ईश्वराचे दर्शन घ्या. यामुळे पापकर्मांचा दोष कमी होतो.

कोणालाही मानसिक किंवा शारीरिक त्रास देणे पूर्णपणे टाळा. आपल्याला वाटते की आपले कर्म कोणी पाहत नाही, पण नवग्रह २४ तास आपल्या कर्मांवर लक्ष ठेवत असतात. ते देवाचे "न्यूज चॅनल"

आहेत—आपल्या सर्व कर्मांची माहिती ईश्वरापर्यंत पोहोचवतात आणि वेळेवर शिक्षा देखील देतात.

म्हणून भरपूर नामस्मरण, ग्रंथवाचन, ध्यान-धारणा करा. कोणाच्या अध्यात-मध्यात पडू नका. कपट, लबाडी, फसवणूक करू नका. कंजूषपणा टाळा. गोरगरिबांना, अनाथांना मदत करा. प्राण्यांना अन्न द्या.

जर हे सर्व तुम्ही केलंत, तर वेगळी नवग्रह उपासना करण्याची गरजच उरणार नाही. पण कर्म वाईट ठेवलं, तर राहू-केतू डोक्यावर बसून कर्माची शिक्षा देतात.

जीवनात कोणावर जळू नका. कोणाचा पाय ओढू नका. एखादी व्यक्ती प्रगती करत असेल, तर तिच्या मार्गात अडथळे आणू नका. अन्यथा राहू-केतू दंड दिल्याशिवाय गप्प बसणार नाहीत. हे जग कर्मयोनीचे आहे. इथे आपले राज्य चालत नाही, तर ईश्वराचे राज्य चालते. आपण फक्त भाड्याच्या देहात आलो आहोत—चांगले कर्म करण्यासाठी आणि आत्मोद्धारासाठी.

जीवनाचा आनंद जरूर घ्या, पण तो घेताना चुकीच्या मार्गाला जाऊ नका. आपल्या हातून वाईट कर्म होऊ देऊ नका. असे कर्म करा की तुम्ही स्वतः सुखी राहाल आणि इतरांनाही सुख द्याल. ईश्वराने दिलेल्या या सुंदर देहाचा उपयोग पुण्यकर्मासाठी आणि आत्ममुक्तीसाठी करा. अन्यथा ग्रहांचे त्रास भोगावेच लागतील.

जो मनुष्य जीवनात जितके अधिक दुःख भोगतो, तितकेच त्याला पुढे अधिक सुख प्राप्त होते

जीवन जगत असताना चांगल्या व सज्जन मनुष्याला अनेकदा खूप दुःख सहन करावे लागते. तो सदैव चांगले कर्म करतो, कुणाचेही वाईट चिंतन करत नाही, कुणाबद्दल अपशब्द बोलत नाही आणि देवाधर्मात मनापासून रमलेला असतो. तरीसुद्धा अशा लोकांच्या वाट्याला मानहानी, अपमान, तिरस्कार, फसवणूक यांसारख्या गोष्टी येतात. कधी कधी अन्याय व अत्याचारही सहन करावे लागतात. अशा परिस्थितीत तो जीव पूर्णपणे खचून जातो आणि जीवनाला कंटाळतो.

परंतु एक गोष्ट लक्षात ठेवली पाहिजे—जीवनात येणारी ही दुःखे म्हणजे शिक्षा नसून भोग असतात. हे भोग आपल्याला संपवायचे असतात. एकदा हे भोग संपले की देव स्वतः त्या जीवनात सुखाची, शांतीची आणि समाधानाची प्राप्ती करून देतो. कारण देवाला चांगली, प्रामाणिक, साधी व सरळ माणसे अतिशय प्रिय असतात. अशा प्रिय भक्तांचे अंतिम कल्याण व्हावे म्हणून कधी कधी भगवंत त्यांना दुःखाच्या कसोटीवर घासतो.

याची अनेक उदाहरणे आपल्या समोर आहेत—कुंतीमाता, द्रौपदी माता, सीतामाई, संत तुकाराम महाराज, संत ज्ञानेश्वर महाराज, संत जनाबाई, संत सखुबाई. या सर्वांच्या जीवनात अपार दुःख आले; पण आज ते अमर झाले आहेत.

म्हणूनच चांगल्या माणसाच्या वाट्याला येणारे दुःख हे दुःख नसून त्याचे भोग असतात. जेव्हा हे भोग संपतात, तेव्हा त्या मनुष्याचा उद्धार होतो. मृत्यूनंतर त्याला उत्तम स्थान मिळते आणि पुढील

जन्मातही चांगल्या ठिकाणी जन्म मिळतो. इतकेच नव्हे, तर ज्या समाजाने कधी त्याचा तिरस्कार केला, तोच समाज पुढे त्याला मान-सन्मान देतो.

त्यामुळे सरळ, साध्या आणि चांगल्या माणसांनी कितीही दुःख आले तरी खचू नये. जीवनातील प्रत्येक दुःखाला धैर्याने सामोरे जावे. ईश्वराच्या चिंतनात सदैव गुंतून राहावे. कधीही वाईट विचार करू नयेत किंवा आडमार्ग स्वीकारू नयेत. योग्य वेळ आली की ईश्वर नक्कीच सांभाळून घेतो.

एकदा आपले भोग संपले की ईश्वराची लीला सुरू होते. मग तो आपल्या जीवनात कोणतीही गोष्ट कमी पडू देत नाही. सुख, शांती, समृद्धी आणि समाधानाने भरलेले जीवन तो प्रदान करतो. म्हणून दुःखाला घाबरू नका. दुःखाला सामोरे जाण्याचा प्रयत्न करा. कारण दुःख हे चांगल्या माणसालाच मिळते—त्याच्या उद्धारासाठी. आणि सुख अनेकदा लबाड व कपटी माणसाला मिळते—त्याच्या अधोगतीसाठी. हे सदैव लक्षात ठेवा.

मनुष्याची अधोगती कशी होते?

जीवन क्षणभंगुर आहे आणि आपण ज्या जगात राहतो तेही नश्वर आहे. परंतु मनुष्य या नश्वर जगात पूर्णपणे अडकून पडतो. त्यामुळे तो आपल्या जीवनाचा नाश करतो आणि आपल्या आत्म्याची अधोगती करून घेतो. शेवटी मृत्यूनंतर त्या आत्म्याला किडे-मुंग्यांच्या, पशु-पक्ष्यांच्या योनीत जन्म घ्यावा लागतो, अथवा भयानक नरकयातना भोगाव्या लागतात, कधी भूत-पिशाच्च योनीतही भटकावे लागते.

हे सर्व का घडते? कारण मनुष्य संसारमोहात पूर्णपणे अडकलेला असतो. काही लोक साठी ओलांडल्यानंतर, सून घरात आल्यानंतरही संसारातून मुक्त होत नाहीत. वय ६५ वर्षे झाले तरी ईश्वरचिंतन, ग्रंथवाचन किंवा आत्मचिंतन करण्याची बुद्धी त्यांना होत नाही. त्यांचा जीव पूर्णपणे मोहजालात अडकलेला असतो.

काही लोक देवाची भक्ती करतात, पण मनात भाव नसतो. ते कीर्तन, प्रवचन, भजन ऐकतात; परंतु मनात देव नसून संसारातीलच विचार चालू असतात. देवधर्म न समजता उथळ चाळे करणे, इतरांना त्रास देणे, टिंगल-टवाळी, निंदा-नालस्ती करणे आणि त्यावर विनोद करणे—ही सर्व अधोगतीची लक्षणे आहेत.

घरात पैसा व सुखसंपत्ती असूनही देवधर्म करण्याची बुद्धी न होणे, संसाराचा मोह न सुटणे, देवळात जाऊन दर्शन घेणे पण अपेक्षांच्या ओझ्याखाली भक्ती करणे—यामुळे “मनी नाही भाव, देव मला पाव” अशी अवस्था होते.

कीर्तन-प्रवचन, नामस्मरण करतानाही मनात अहंकार ठेवणे—**"मी खूप देवाचं करतो"**—हा अहंकारदेखील अधोगतीचेच लक्षण आहे. बाह्य भक्ती करून मनात संसाराच्या इच्छा-अपेक्षांची यादी तयार करून ती देवासमोर मांडणे, वय झाल्यावरही फक्त संसारातच अडकून राहणे, दिवसभर टीव्ही-मोबाईल पाहणे, आळस करणे, सतत झोपून राहणे, फोनवर निरर्थक गप्पा मारणे—ही सर्व अधोगतीची चिन्हे आहेत.

देवळात गेल्यावर ईश्वराकडे लक्ष न देता लोकांचे कपडे, रूप, वर्तन याकडे पाहणे; फक्त औपचारिक पाया पडणे; सुनेचा छळ करणे - सासू सासर्यांचा छळ करणे; अनैतिक संबंध ठेवणे—फसवणूक करणे बलात्कार करणे अत्याच्यार करणे अशा लोकांची अधोगती निश्चित असते.

लोकांची फसवणूक करणे, पैशांचा अपहार करणे, कंजूषपणा करणे, स्वतःच्या सुखावर पैसा उधळणे पण गरजू, गरीब यांना मदत न करणे, अन्न-पाणी न देणे, दारात आलेल्या व्यक्तीचा अपमान करणे, सतत खोटे बोलणे, निंदा-नालस्ती करणे, स्वतःला श्रेष्ठ दाखवण्यासाठी वायफळ गप्पा मारणे—ही सर्व अधोगतीची लक्षणे आहेत.

थोडेसे देवकार्य करून त्याचा गाजावाजा करणे, "मी खूप देवाचं करतो" असे सांगत फिरणे—खरेतर हे लोक देवाशी प्रामाणिक नसतात. लबाडी, टोपी घालणे, पैशांचे खेळ करणे, मुलांना संस्कार न देणे, स्वतःही असंस्कारी राहणे—यामुळे मनुष्य स्वतःचीच अधोगती करून घेतो.

जर मनुष्याला स्वतःची अधोगती टाळायची असेल, तर त्याने आपले कर्म शुद्ध ठेवावे. ईश्वराची भक्ती निष्काम भावनेने करावी. प्रत्येक कर्म ईश्वर आपल्याकडून करून घेत आहे, ही भावना मनात ठेवावी. नम्रता हा सद्गुण सदैव जपावा.

देव आणि सद्गुरू यांच्या कृपेशिवाय मनुष्याची अधोगती टाळता येत नाही. म्हणून प्रत्येकाने सावध राहून आपले कर्म उत्तम करणे अत्यंत आवश्यक आहे.

भक्तीमुळे माणसाला एक वेगळे तेज येते; मेकअपचीही गरज लागत नाही

जेव्हा मनुष्य भक्तीमार्गात असतो, तेव्हा त्याच्या चेहऱ्यावर एक वेगळे, अलौकिक तेज प्रकट होते. हे तेज कसे निर्माण होते? जेव्हा मनुष्याचा आत्मा पूर्णपणे शुद्ध, पांढरा व लखलखीत होतो, तेव्हा त्या आत्म्याचा प्रकाश त्याच्या शरीरावर—विशेषतः त्वचेवर—परावर्तित होतो आणि त्यामुळे संपूर्ण व्यक्तिमत्त्व तेजस्वी दिसू लागते. चेहऱ्यावर तेज येण्यासाठी आत्म्याचे शुद्ध असणे अत्यावश्यक आहे.

भक्तीमार्गात असताना मनुष्य विविध स्तोत्रे म्हणतो, मंत्रजप करतो, धार्मिक ग्रंथांचे वाचन करतो. यामुळे त्याला दैविक शक्ती प्राप्त होते. ही दैविक शक्ती आत्म्याच्या शुद्धीकरणासाठी कार्य करते. प्रारब्धकर्मांमुळे आत्म्यावर जे अज्ञानाचे, काळेपणाचे आवरण आलेले असते, ते हळूहळू दूर होते. एकदा काय आत्मा शुद्ध व तेजस्वी झाला की त्याचा प्रकाश त्वचेवर उमटतो आणि मनुष्य अत्यंत सुंदर व तेजस्वी दिसू लागतो.

नामस्मरणापेक्षा मंत्रजपाने आत्म्याला अधिक तेज प्राप्त होते. कारण जपामध्ये 'ॐ' आणि 'नमः' यांचा समावेश असतो—याचा अर्थ त्या देवतेला पूर्ण शरण जाणे. शरण गेल्यावर त्या देवतेची दैविक शक्ती मंत्रजपाद्वारे आपल्यात प्रवाहित होते. ही शक्ती संपूर्ण शरीराला तेजस्वी करते. जे लोक अखंड मंत्रजप व नामस्मरण करतात, त्यांच्या चेहऱ्यावर नैसर्गिक तेज स्पष्टपणे दिसते.

मनुष्याने आपले कर्म शुद्ध ठेवणे आणि अखंड नामस्मरणात राहणे अत्यंत गरजेचे आहे. जसा जप वाढत जातो, तशी दैविक शक्तीही वाढते. दैविक शक्ती वाढल्यावर आजारपण हळूहळू कमी होऊ लागते; औषधांची गरजही वाटत नाही . भक्तीची अशी ओढ निर्माण होते की भक्तीशिवाय जीवन अपूर्ण वाटू लागते. भक्तीमार्गात ईश्वरी दैवीक तेज कधीही कमी होत नाही; उलट ते दिवसेंदिवस वाढतच जाते. म्हणूनच एखादा सत्तर वर्षांचा मनुष्यही तेजस्वी दिसू शकतो.

आजकाल फेशियल, बोटॉक्स यांसारख्या उपायांनी तात्पुरते सौंदर्य मिळते; ते बंद केले की त्याचा परिणामही संपतो. पण भक्तीमार्गात तसे नाही. भक्ती जशी वाढते, तसे तेजही वाढत जाते. जे लोक ध्यान धारणा साधना करतात, त्यांचा चेहऱ्यावरील दैवीक तेज इतरांनाही जाणवू शकतो—परंतु तो अनुभवण्यासाठी पाहणाऱ्याजवळही तितकीच दैविक शक्ती असणे आवश्यक असते. ही दैविक शक्ती टिकवण्यासाठी अखंड ईश्वरचिंतन करणे गरजेचे आहे.

थोडक्यात सांगायचे तर, भक्तीतच खरे तेज आहे. या तेजामुळे स्त्रीला मेकअप किंवा पार्लरची गरज भासत नाही. भक्ती मुळे चेहऱ्यावर नैसर्गिक चमक, प्रसन्नता आणि सौंदर्य प्राप्त होते. जो मनुष्य वाईट कर्म करतो, त्याने कितीही बाह्य सौंदर्याचे उपाय केले तरी भक्तीमार्गातील साधकासारखा तेजस्वी दिसत नाही.

अखंड तेज हवे असेल तर कोणत्याही देवतेचा जप नियमित करा. जपाची शक्ती अपार आहे; ती कुंडलिनी शक्ती जागृत करते. कुंडलिनी जागृत झाली की आत्मा लखलखीत होतो आणि चेहऱ्यावर दैवी तेज प्रकट होते. दैवी तेजासाठी केवळ भक्तीचीच आवश्यकता आहे—इतर कोणत्याही बाह्य गोष्टीची नाही.

जे लोक ध्यानधारणा करतात, त्यांच्या चेहऱ्यावर अलौकिक दैविक तेज असते. म्हणून मनुष्याने अधिकाधिक ध्यानधारणेकडे लक्ष द्यावे; कारण ध्यानधारणेमुळे केवळ तेजच मिळत नाही, तर आत्मोद्धार होतो आणि ईश्वराची गोडीही लागते.

दैविक शक्ती म्हणजे काय? ती स्थिर कशी ठेवायची आणि कोणत्या कारणांनी ती निघून जाते

दैविक शक्ती म्हणजे ईश्वरी शक्ती. देव-देवता व सूक्ष्म विद्या व शक्ती ज्या आपल्या शरीरात वास करतात, त्यांनाच दैविक शक्ती असे म्हणतात. ही दैविक शक्ती संतकृपा, सद्गुरूकृपा व ईश्वरकृपा असल्याशिवाय प्राप्त होत नाही.

मनुष्य जसा सातत्याने साधना करतो, तशी त्याची आध्यात्मिक प्रगती होत जाते आणि त्याला दैविक शक्ती प्राप्त होते. जो मनुष्य जीवापाड देवावर प्रेम करतो, असंख्य दुःख-वेदना सहन करूनही देवाप्रती समर्पित भाव ठेवतो, तसेच संतांच्या वचनांप्रमाणे आचरण करतो, त्यालाच ही दैविक शक्ती लाभते.

ही दैविक शक्ती त्या साधकासाठी एक कवच असते. वातावरणातील विविध देवता त्या साधकाच्या शरीरात वास करतात. त्यामुळे त्या साधकाला वेगळे तेज व सौंदर्य प्राप्त होते. कपटी, लबाड व कटकारस्थान करणाऱ्या लोकांना हें दैवीक तेज सहन होत नाही, कारण त्या साधकात ईश्वरी दैविक शक्ती वास करत असते.

ही दैविक शक्ती साधकाची परमार्थिक प्रगती करते. जीवनात कोणत्याही गोष्टीची कमतरता भासू देत नाही. ती साधकाचे संरक्षण करते तसेच त्याला मुक्तीच्या मार्गावर नेते. विविध देवतांचे दर्शन घडवून साधकाला देवाशी पूर्णतः एकरूप करते.

परंतु जर दैविक शक्ती असलेल्या मनुष्याने अहंकार धरला, परोपकार, दान-धर्म सोडला, तर ही दैविक शक्ती त्याच्या शरीरातून

निघून जाते. एकदा दैविक शक्ती निघून गेली की ती सहज पुन्हा प्राप्त होत नाही; त्यासाठी कठोर तप व साधना करावी लागते. म्हणून ही शक्ती साधनेद्वारे टिकवून ठेवणे आवश्यक असते.

ही दैविक शक्ती वातावरणातील पुण्यवान आत्मे व देव-देवतांकडून प्राप्त होते. मनुष्याने वाईट कर्म केल्यास हे पुण्यवान आत्मे व देवता नाराज होतात आणि ही देव देवता नाराज झाल्या नंतर हीच दैविक शक्ती निघून जाते.

परोपकार करणे, दान-धर्म करणे, कोणत्याही जीवाविषयी द्वेष-मत्सर न ठेवणे, कपट व लबाडी न करणे—या सद्गुणांचा अवलंब केल्यास दैविक शक्ती शरीरात अखंड टिकून राहते. कारण वातावरणातील देव-देवतांना उत्तम कर्म प्रिय असते; उत्तम कर्मांशिवाय त्यांची कृपा प्राप्त होत नाही.

दैविक शक्ती टिकवून ठेवण्यासाठी मनुष्याने आपले कर्म व आचरण शुद्ध ठेवावे. मनात कोणताही अहंकार धरू नये. “देव माझा आणि मी देवाचा” हा भाव ठेवून समर्पित भावनेने भक्ती करावी. देव-देवतांना मनुष्याचे अवगुण नकोसे वाटतात; त्यांना सद्गुण प्रिय असतात. एकदा शरीरातून दैविक शक्ती निघून गेली तर ती पुन्हा सहज परत येत नाही. म्हणूनच मोठे साधू-संत अखंड ईश्वरचिंतनात लीन असतात, कारण त्यांनाही ही दैविक शक्ती आयुष्यभर टिकवून ठेवायची असते.

मुक्ती हवी असेल तर कोणते कर्म करावे?

मनुष्याला मुक्ती सहजासहजी प्राप्त होत नाही. त्यासाठी मनुष्याच्या कर्मखात्यात पुण्य संचित असणे अत्यंत आवश्यक आहे. हे पुण्य केवळ चांगल्या कर्मांद्वारेच मिळू शकते. परंतु मनुष्य माया-मोहाच्या जाळ्यात इतका अडकलेला असतो की त्याला पुण्यकर्म करण्याची जाणीवही राहत नाही.

मग प्रश्न असा उभा राहतो की अशी कोणती पुण्यकर्मे आहेत, ज्यांच्या आचरणामुळे मनुष्याला मुक्तीचा मार्ग मिळू शकतो?

सर्वप्रथम आणि सर्वात श्रेष्ठ पुण्यकर्म म्हणजे परोपकार. दान-धर्म करणे, गरजू व गरीब लोकांना मदत करणे हे अत्यंत महान पुण्यकर्म आहे. भुकेल्यांना अन्न देणे, वस्त्रदान करणे, गरिबांच्या औषधोपचाराची सोय करणे, अनाथ व अपंग व्यक्तींना आश्रय देऊन त्यांच्या उपजीविकेसाठी साधने उपलब्ध करून देणे—ही सर्व पुण्यकर्मे मनुष्याला आध्यात्मिक उंचीवर नेणारी आहेत.

यासोबतच स्वतःशी, ईश्वराशी व समाजाशी प्रामाणिक राहणे, इमानदारीने वागणे, व्यवहारात कोणाचीही फसवणूक करू नये किंवा गफलत करू नये हेही अत्यंत आवश्यक आहे. तीर्थयात्रा करणे, सत्पुरुषांची सेवा करणे, समाजातील लोकांच्या उद्धारासाठी सतत प्रयत्नशील राहणे, अन्यायग्रस्त व्यक्तींना न्याय मिळवून देण्यासाठी झटणे आणि समाज सुखी कसा राहील याचा विचार करून त्यानुसार कृती करणे—ही सर्व कर्मे मुक्तीच्या मार्गाला मनुष्याला घेऊन जातात.

कोणतेही कर्म करताना निस्वार्थ भावनेने कर्म करणे, दया, माया, प्रेम आणि अहिंसा यांचा आधार घेऊन जीवनमार्गावर चालणे अत्यंत महत्त्वाचे आहे. कोणाबद्दल वाईट बोलू नये, कोणाचे मन दुखवू नये, कोणाचे अहित करू नये. जर चांगले करता येत नसेल, तर वाईटही करू नये—हा दृढ संकल्प मनात धरावा.

कोणालाही फसवू नये, खोटे बोलू नये, लाच घेऊ नये, कोणाचा द्वेष किंवा मत्सर करू नये, कोणाचा तिरस्कार करू नये. दारू, गांजा व इतर व्यसनांपासून दूर राहावे. परस्त्रीशी संबंध ठेवू नयेत. पर पुरुषाशी संबधं ठेवू नये.इतरांना दुःख देणारे कोणतेही कृत्य करू नये. खोटी साक्ष देऊ नये आणि कोणत्याही प्रकारचा खोटेपणा जीवनात आणू नये. संतांचे ग्रंथ नियमितपणे वाचून आपली बुद्धी अधिकाधिक सात्विक करण्याचा प्रयत्न करावा.

या सर्व गोष्टी जर मनुष्याने आपल्या जीवनात प्रामाणिकपणे अवलंबिल्या, तर निश्चितच त्याला मुक्तीचा मार्ग प्राप्त होऊ शकतो. कारण मुक्ती ही मनुष्याच्या शुद्ध विचारांमधून, चांगल्या कर्मांमधून आणि सद्कृतींमधूनच प्राप्त होते.

मृत्यूचा काळ उत्तम जाण्यासाठी मनुष्याने काय करावे?

मृत्यूचा काळ जर उत्तम जावा, तसेच मृत्यूची क्षणिका शांत, मंगल आणि कल्याणकारी व्हावी असे वाटत असेल, तर मनुष्याने आयुष्यभर ईश्वराच्या नामस्मरणात राहणे अत्यंत आवश्यक आहे. परमेश्वराचे अखंड नामस्मरण करत असताना जर मनुष्याला मृत्यू आला, तर तो ईश्वराच्या सान्निध्यात आपले स्थान प्राप्त करतो आणि त्याला मुक्तीचा मार्ग प्राप्त होतो.

जर तुम्हाला असे वाटत असेल की आपला शेवटचा दिवस गोड, शांत आणि आनंदमय असावा, तर आजपासूनच परमेश्वराचे अखंड नामस्मरण करणे गरजेचे आहे. हे नामस्मरण शेवटच्या श्वासापर्यंत अखंड सुरू राहिले पाहिजे. परमेश्वराची हजारो नावे आहेत; त्यापैकी एखादे नाम निवडून ते सतत आपल्या मुखातून घेत राहावे.

अखंड नामस्मरणामुळे जिभेला त्या नामाची सवय लागते. हळूहळू जीभ, मुख आणि मन पूर्णपणे नामस्मरणात तल्लीन होतात. यामुळे मनाला शांती मिळते. मन शांत झाल्यावर ते कुठेही भरकटत नाही, तर एका नामावर स्थिर होते. अशी अवस्था येते की मनाला नामाशिवाय चैन पडत नाही आणि सतत मुखातून आपोआप नामस्मरण सुरू राहते.

एकदा का मनुष्याला नामस्मरणाची गोडी लागली, तर अंतकाळी जेव्हा मृत्यू येतो, तेव्हा तो मनुष्य नामस्मरण करतच देहत्याग करतो. जे लोक पापी असतात, त्यांना मृत्यूच्या वेळी डोळ्यांसमोर

भयानक दृश्ये दिसतात. ते घाबरून, हातपाय झाडत, भयभीत अवस्थेत प्राण सोडतात.

याउलट, जे लोक पुण्यवान असतात, चांगली कर्मे करतात, त्यांना मृत्यूच्या वेळी देव-देवता, संत, पवित्र आत्मे दिसतात. अशा पवित्र वातावरणात ते आनंदाने, शांतपणे आणि कोणत्याही प्रकारच्या त्रासाविना देहत्याग करतात.

शास्त्रांनुसार, जे लोक सत्कर्म करतात त्यांचा जीव देह सोडताना दोन डोळे, दोन नाकपुड्या, दोन कान आणि एक तोंड — या सात मार्गांपैकी एखाद्या मार्गाने बाहेर जातो. अशा आत्म्यांना स्वर्गलोकाची प्राप्ती होते किंवा पुन्हा चांगल्या जन्माची संधी मिळते. परंतु जे लोक वाईट कर्म करतात, त्यांचा जीव मल किंवा मूत्रद्वारातून बाहेर जातो. अशा आत्म्यांना विविध प्राण्यांच्या योनीत जन्म घ्यावा लागतो किंवा नरकलोकाची यातना भोगावी लागते.

शेवटी हे लक्षात ठेवा की सर्व काही आपल्या कर्मांवर अवलंबून आहे. जितके तुमचे कर्म चांगले असेल, तितका तुम्हाला उत्तम जन्म मिळेल आणि आत्म्याचा उद्धार होईल. जर कर्म वाईट असेल, तर आत्म्याची अधोगती निश्चित आहे.

कर्म चांगले राहण्यासाठी परमेश्वराचे अखंड नामस्मरण करणे अत्यावश्यक आहे. नामस्मरण करत असताना मनुष्याच्या हातून वाईट कर्म घडत नाही. चुकून काही वाईट घडलेच, तर त्या मनुष्याला पश्चात्ताप होतो आणि पश्चात्तापामुळे त्याचा उद्धार होतो. परंतु जर मनुष्य सतत वाईट कर्म करत राहिला, तर त्याची अधोगती अटळ आहे.

म्हणूनच आयुष्यभर नामस्मरण, सत्कर्म आणि सदाचार यांचा मार्ग स्वीकारा — तोच मृत्यूच्या क्षणीही तारक ठरतो.

मंत्रसिद्धीचा अनुभव कसा येतो?

मंत्रसिद्धी म्हणजे आपण ज्या मंत्राचा नियमित जप करतो, त्या मंत्रातून दैविक अनुभूती प्राप्त होणे. सुरुवातीला त्या मंत्राची दैविक शक्ती आणि सात्त्विकता साधकाला प्राप्त होते. मंत्र प्रथम सिद्ध होतो आणि त्यानंतर त्या मंत्रातील शक्ती साधकात प्रकट होऊ लागते.

उदाहरणार्थ, जर एखादा साधक **"ॐ दुर्गाय नमः"** या मंत्राचा नियमित जप करत असेल, तर साधारणपणे ४० दिवसांनंतर हा मंत्र सिद्ध होऊ लागतो. मंत्र सिद्ध झाल्यानंतर साधकाला विविध दैविक अनुभव येऊ लागतात.

मंत्रसिद्धीचा पहिला अनुभव म्हणजे साधकाचे मन आणि आत्मा शांत होणे. मनातील अनावश्यक विचारांचा गोंधळ कमी होतो. पूर्वी जे विचार सतत येत असत, त्यांचा प्रभाव हळूहळू कमी होतो. मंत्रजप करत असताना कधी कधी घुंगरांचा आवाज, पावलांचा आवाज ऐकू येतो किंवा आपल्या आसपास कोणीतरी फिरत आहे असे जाणवते.

साधनेच्या सुरुवातीच्या अवस्थेत साधकाला डोळ्यांसमोर निळसर प्रकाश दिसू लागतो. एकदा हा निळसर प्रकाश दिसू लागला की, साधना करताना देवतेचा दिव्य सुगंध जाणवतो. जणू संपूर्ण साधनास्थान सुगंधाने भरून गेले आहे, असे वाटते—जसे कुणी अत्तर ओतले असावे. यानंतर स्वर्गीय संगीताचा अनुभव येतो. पायातील पैजणांचा आवाज, बांगड्यांचा नाद ऐकू येतो. हे संकेत म्हणजे मंत्रसिद्धीचे पहिले लक्षण मानले जाते.

जसे-जसे साधक मंत्रजपात पुढे जातो, तसे-तसे त्या मंत्रदेवतेचे दर्शन घडू लागते. उदाहरणार्थ, दुर्गा मातेच्या मंत्राचा जप करणाऱ्या साधकाला कधी दुर्गा मातेची विविध रूपे, तर कधी महालक्ष्मी, कालिका किंवा सरस्वती मातेचे दर्शन होते. कधी दुर्गा माता महिषासुरमर्दिनी रूपात दर्शन देते, तर कधी मातेच्या मायेच्या रूपात, तर कधी साधकाच्या कुलदेवतेच्या रूपात दर्शन देते. हे मंत्रसिद्धीचे दुसरे महत्त्वाचे लक्षण आहे.

मंत्रसिद्धीचे तिसरे लक्षण म्हणजे सिद्ध अवस्था प्राप्त होणे. सिद्ध अवस्था म्हणजे साधकाचे ईश्वराशी एकरूप होणे. ज्या मंत्राचा तो जप करतो, तो मंत्र परावाणीमध्ये स्थिर होतो. साधक जप करीत नसतानाही मनाच्या आत तो मंत्र अखंडपणे चालू राहतो. या अवस्थेत साधकाने समजून घ्यावे की, ईश्वराशी एकरूप होण्याची प्रक्रिया सुरू झाली आहे.

ईश्वराशी पूर्णपणे एकरूप होणे सहज शक्य नसते. त्यासाठी साधकाला संसारातील अनेक दुःख, वेदना आणि ईश्वराच्या परीक्षा पार कराव्या लागतात. या परीक्षा पार केल्यानंतरच ईश्वर साधकाला स्वतःमध्ये सामावून घेतो.

ईश्वर साधकाची परीक्षा घेण्यासाठी मायेचे अनेक फासे टाकतो. कधी न मागता सुख, संपत्ती किंवा सुविधा प्राप्त होतात. त्या वेळी ईश्वर पाहतो की साधक मायेच्या मोहात अडकतो की केवळ ईश्वरालाच प्राप्त करू इच्छितो. जर साधकाचा निश्चय दृढ असेल आणि त्याला केवळ ईश्वरच हवा असेल, तर ईश्वर त्याच्याशी एकरूप होतो. पण जर साधक मायेच्या मोहात अडकला, तर ईश्वर त्या साधकाच्या पुण्याईचा उपयोग करून त्याला सांसारिक सुखे देतो आणि त्या मार्गावरच त्याला ठेवतो. हीच ईश्वरी लीला आहे आणि हीसुद्धा मंत्रसिद्धीचीच एक अवस्था मानली जाते.

देव-देवतांचे दर्शन कसे घडते?

देव-देवतांचे साक्षात दर्शन सहज किंवा लगेच घडत नाही. त्यासाठी अनेक जन्मांची पुण्याई, गुरुकृपा, संतकृपा तसेच वातावरणातील योगी, ऋषी-मुनी यांचा आशीर्वाद प्राप्त होणे अत्यंत आवश्यक असते. त्यामुळे देव-देवतांचे दर्शन एका जन्मातच होईल, असे नेहमीच घडते असे नाही. त्यासाठी मनुष्याजवळ अनेक जन्मांची पुण्याई, सत्कर्मांची शिदोरी असली पाहिजे.

मनुष्यामध्ये सद्गुण, दानशीलता आणि परोपकारी वृत्ती असणे आवश्यक आहे. तेव्हाच त्याला सगुण ईश्वराचा साक्षात्कार होतो. जो मनुष्य संसार करत असतानाही परमार्थ करतो, पण संसारात गुंतलेला असूनही ईश्वराव्यतिरिक्त अन्य कोणताही विचार मनात ठेवत नाही, आणि ईश्वराच्या नामस्मरणात, भक्तीत तल्लीन राहून संसार करतो, त्यालाच खऱ्या अर्थाने परमार्थ घडतो—हे लक्षात ठेवावे.

साधना करताना सुरुवातीला एका विशिष्ट देवतेचीच पूजा करणे आवश्यक असते. जर कोणी असे म्हणाले की मंगळवारी गणपतीची पूजा, गुरुवारी महालक्ष्मी व दत्तगुरूंची पूजा, शनिवारी शनिदेवांची पूजा, सोमवारी महादेवांची पूजा आणि शुक्रवारी दुर्गामातेची पूजा करतो — अशा प्रकारे वेगवेगळ्या देवतांची पूजा केल्यास कोणत्याही एका देवतेचे साक्षात दर्शन घडत नाही.

ज्या देवतेचे दर्शन घडवायचे आहे, त्या देवतेला आपले संपूर्ण देह-मन-धन अर्पण करून, सर्वस्व अर्पण करून जो साधक भक्ती, पूजा-अर्चा व साधना करतो, त्यालाच त्या देवतेचे खरे दर्शन घडते. त्यामुळे

ज्या देवतेचे दर्शन हवे असेल, त्या देवतेच्या अखंड नामस्मरणात राहणे आणि निष्काम भावनेने भक्ती करणे अत्यंत आवश्यक आहे. तसेच ती देवता सात्विक असली पाहिजे.

तांत्रिक देवतांचे दर्शन कधीकधी लवकर घडते; परंतु सात्विक देवतांचे दर्शन सहज किंवा लवकर घडत नाही. सात्विक देवतेचे दर्शन घडण्यापूर्वी त्या देवतेचे गण साधकाची कसून परीक्षा घेतात. ते साधकाची साधना खंडित करण्याचा प्रयत्न करतात आणि साधनेत अनेक प्रकारचे विकल्प निर्माण करतात.

ही परीक्षा कशी घेतली जाते, तर—सर्वप्रथम साधकाला साधनेसाठी वेळच मिळू देत नाहीत. दुसरे म्हणजे, साधनेस बसल्यावर मनात अनेक प्रकारचे विचार येऊ लागतात; कधी कधी अतिशय नकारात्मक किंवा घाणेरडे विचारही मनात येतात. त्यामुळे साधनाच करू नये असे वाटू लागते. साधना करताना पाठ दुखणे, मान दुखणे, पोट दुखणे, हात-पाय दुखणे अशा प्रकारचा शारीरिक त्रासही होतो. हे सर्व त्या गणांकडून घेतली जाणारी परीक्षा असते.

जोपर्यंत साधक ही परीक्षा पार करत नाही, तोपर्यंत त्याची भक्ती परिपूर्ण होत नाही. ईश्वर आपल्या गणांच्या माध्यमातून साधकाची भक्ती किती खरी आहे, हे तपासत असतो. म्हणून भक्तीत कितीही अडचणी, अडथळे किंवा संकटे आली, तरीही भक्ती कधीही सोडू नये.

जो साधक सर्व अडचणी व अडथळे पार करून निष्ठेने भक्ती करतो, त्यालाच खऱ्या अर्थाने ईश्वराचे दर्शन घडते. कारण त्या साधकाच्या अंतःकरणात ईश्वराविषयी प्रेम, जिव्हाळा आणि माया असते. त्या प्रेमातून तो साधक मनापासून व शक्य असल्यास धनानेही ईश्वराची भक्ती करतो. त्यामुळे त्याची भक्ती थेट ईश्वरापर्यंत पोहोचते.

जेव्हा साधकाची भक्ती ईश्वरापर्यंत पोहोचते, तेव्हा त्याला खऱ्या अर्थाने देवतेचे दर्शन घडते. म्हणून साधकाने प्रत्येक अडचणीला धैर्याने तोंड देत आपली साधना अखंड चालू ठेवावी. साधनेदरम्यान कितीही विघ्ने आली, कितीही वाईट विचार आले, तरी त्याकडे दुर्लक्ष करून साधना करत राहावी.

सुरुवातीला काही दिवस त्रास होतो; पण एकदा ईश्वराच्या नामस्मरणाची गोडी लागली, भक्तीची ओढ निर्माण झाली, की ईश्वर स्वतः त्या साधकाला सांभाळून घेतो. अशा प्रकारे ईश्वराचे दर्शन घडते. ईश्वर साधकाची अनेक प्रकारे परीक्षा घेतो. जेव्हा साधक त्या सर्व परीक्षा पार करतो, त्यानंतरच ईश्वर त्याला खऱ्या अर्थाने दर्शन देतो. आणि ते दर्शन साधे नसून, ते साक्षात ईश्वरी दर्शन असते.

प्रारब्ध शुद्धी कशी करावी?

साधना करत असताना अनेक वेळा साधकाला अपेक्षित दैविक अनुभव येत नाहीत. यामागचे मुख्य कारण म्हणजे साधकाचे प्रारब्ध अशुद्ध असणे. प्रारब्ध अशुद्ध असल्यामुळे कितीही देवधर्म, जप-तप, पूजा-अर्चा केली तरी त्या भक्तीचा प्रभाव थेट ईश्वरापर्यंत पोहोचत नाही. परिणामी साधनेत अनुभव येत नाहीत आणि जीवनात दुःख, संकटे व अडचणी सतत येत राहतात.

खरं तर आपण जेव्हा भक्ती करतो, तेव्हा ती भक्ती प्रथम आपले प्रारब्ध शुद्ध करण्याचे कार्य करते. त्यामुळे प्रारंभी भक्तीचा परिणाम लगेच दिसून येत नाही. प्रारब्ध शुद्ध होत असताना साधकाला अनेक कष्ट, त्रास आणि अडचणी सहन कराव्या लागतात.

प्रारब्ध शुद्धीसाठी काय करावे?

प्रारब्ध शुद्ध करण्यासाठी सर्वप्रथम आपल्या आराध्य देवतेचे स्मरण करणे अत्यंत आवश्यक आहे.

आराध्य देवतेचे स्तोत्र

आपल्या आराध्य देवतेच्या स्तोत्राचे एक लाख (१,००,०००) पाठ करावेत.

कुलदेवतेचा जप

आपल्या कुलदेवतेचा एक कोटी (१,००,००,०००) जप करणे अत्यंत महत्त्वाचे आहे.

जर कुणाला आपली कुलदेवता माहित नसेल, तर

"ॐ कुलदेवताय नमः" या मंत्राचा एक कोटी जप करावा.

कुलदेवतेचा जप केल्याने कुलदेवतेची कृपा व आशीर्वाद सदैव साधकावर राहते. कुलदेवता साधकाला संरक्षण कवच प्रदान करते, प्रत्येक संकटात मदतीस तत्पर राहते आणि साधनेमध्ये कोणतेही विघ्न येऊ देत नाही. म्हणून प्रारब्ध शुद्धीसाठी कुलदेवतेचे स्मरण सर्वात प्रथम आवश्यक आहे.

आराध्य देवतेची स्तोत्रसाधना

यानंतर आपल्या आराध्य देवतेच्या स्तोत्राचे १०,००० ते २०,००० किंवा जास्तीत जास्त ५०,००० पाठ करावेत.

उदाहरणार्थ:

- पांडुरंग भक्तांनी पांडुरंग अष्टक
- दुर्गा देवीच्या भक्तांनी दुर्गा स्तोत्र
- दत्तगुरूंच्या भक्तांनी दत्त स्तोत्र

प्रत्येक देवतेची स्वतःची स्तोत्रे उपलब्ध आहेत. त्या स्तोत्रांचे नियमित व श्रद्धेने पठण केल्यास अनेक जन्मांची साचलेली वाईट कर्मरूपी अशुद्धता नष्ट होते. कर्म शुद्ध झाल्यावर प्रारब्ध शुद्ध होते आणि प्रारब्ध शुद्ध झाल्यावर थोडीशी जरी भक्ती केली तरी ती भक्ती थेट ईश्वरापर्यंत पोहोचते.

केवळ ग्रंथवाचन पुरेसे नाही

फक्त कोणत्याही ग्रंथाचे वाचन करून प्रारब्ध शुद्ध होत नाही. प्रारब्ध शुद्धीसाठी खालील साधना आवश्यक आहे:

- कुलदेवतेचा एक कोटी जप
- आराध्य देवतेचा एक कोटी जप
- आराध्य देवतेच्या स्तोत्राचे १०,००० ते २०,००० (किंवा ५०,०००) पाठ याशिवाय दुसरा कोणताही पर्याय नाही.

दान, धर्म व परोपकाराचे महत्त्व

प्रारब्ध शुद्धीसाठी दान, धर्म आणि परोपकार करणेही तितकेच आवश्यक आहे. साधना करत असताना मनात विविध विकार उत्पन्न होतात. त्या विकारांमुळे अहंकार वाढतो. हा अहंकार नष्ट करण्यासाठी दानधर्म व परोपकार अत्यावश्यक आहेत.

जोपर्यंत अहंकार नष्ट होत नाही, तोपर्यंत कर्मशुद्धी होत नाही, आणि कर्मशुद्धी झाल्याशिवाय प्रारब्ध शुद्ध होत नाही. म्हणून भक्तीबरोबरच नम्रता, सेवा, दया आणि परोपकार यांचा अवलंब केल्यासच प्रारब्ध पूर्णपणे शुद्ध होते.

सद्गुरूंचे महत्त्व – गुरु करणे का गरजेचे आहे?

मनुष्याला जर मुक्ती हवी असेल, तर त्यानी सद्गुरू करणे अत्यंत आवश्यक आहे; कारण सद्गुरूंशिवाय मुक्ती प्राप्त होऊ शकत नाही. सद्गुरू हे सदैव दयाळू असतात. ते आपल्या शिष्यावर अपार कृपा करतात आणि त्याला आत्मतत्त्वाचे दर्शन घडवतात.

सद्गुरूंनी दिलेल्या मंत्रामध्ये इतकी अद्भुत शक्ती असते की त्या एका मंत्राच्या साहाय्याने शिष्य सिद्ध अवस्थेला पोहोचू शकतो. सद्गुरू आपल्या शिष्याला सतत हेच समजावून सांगतात की मानवी देहाच्या मोहात अडकून राहण्यापेक्षा आपल्या आत्मतत्त्वाला जाणून घे. एकदा आत्मतत्त्व प्रकट झाले की त्या चैतन्याचे साक्षात दर्शन घे आणि त्या चैतन्यात एकरूप हो.

सद्गुरू आपल्या शिष्याला नेहमी मार्गदर्शन करतात की, **"तू हा देह नाहीस; तू एक आत्मा आहेस. हा देह तुला आत्मोद्धारासाठी मिळालेला आहे."** म्हणून देहाच्या मोहात न अडकता आत्मस्वरूपाची ओळख करून घे. या आत्मतत्त्वाची अनुभूती यावी म्हणून सद्गुरू आपल्या शिष्याला गुरुमंत्र प्रदान करतात.

गुरुमंत्र प्राप्त झाल्यानंतर शिष्य पूर्णपणे सद्गुरूंशी एकरूप होतो. शिष्य गुरुमय होतो आणि सद्गुरू ईश्वरमय होतात. अशा अवस्थेत गुरु आणि ईश्वर यांच्यात कोणताही भेद उरत नाही. म्हणूनच असे म्हटले जाते की गुरु आणि ईश्वर हे एकच आहेत. आपण जेव्हा देवाची पूजा करतो, तेव्हा आपल्या सद्गुरूंनाच देवरूप मानून पूजन करावे. जेव्हा शिष्य सद्गुरूंना ईश्वररूपात पाहतो, तेव्हा त्याला सद्गुरूंचे तेज, त्यांचे ज्ञान

आणि अखंड चैतन्याची अनुभूती प्राप्त होते. सद्गुरू आपल्या शिष्याला धारणा, ध्यान आणि समाधी यांचे रहस्य शिकवतात.

धारणा म्हणजे विचारपूर्वक एकाग्रता साधणे. ध्यान म्हणजे सहजपणे डोळे मिटून अंतर्मुख होणे.समाधी म्हणजे स्वतःच्या देहभानाचा विसर पडणे. धारणेतून ध्यानाची अवस्था, आणि ध्यानातून समाधीची अवस्था प्राप्त होते—ही संपूर्ण साधना पद्धती सद्गुरू आपल्या शिष्याला शिकवतात.

याच कारणासाठी प्रत्येक मनुष्याने जीवनात सद्गुरू करणे अत्यंत गरजेचे आहे, कारण सद्गुरूंशिवाय मोक्षाचा मार्ग मिळत नाही. मोक्ष तेव्हाच प्राप्त होतो, जेव्हा मनुष्याला आपल्या आत्म्याची खरी ओळख होते आणि तो आत्मा ईश्वराशी एकरूप होतो. आत्म्याला ईश्वराशी एकरूप करण्याचे महान कार्य सद्गुरूच करतात.

सद्गुरू आपल्या शिष्याच्या जन्मोजन्मीच्या प्रारब्ध कर्मांचा भार स्वतः स्वीकारतात आणि शिष्याला त्या कर्मबंधातून शुद्ध करतात. जेव्हा शिष्य पूर्णपणे कर्मशुद्ध होतो, तेव्हा त्याला आत्मज्ञान प्राप्त होते. आत्मज्ञान झाल्यानंतर तो ईश्वराशी एकरूप होतो आणि आत्मा व परमात्मा यांचे ऐक्य घडते—हीच सद्गुरूंची लीला आहे.

म्हणूनच प्रत्येक मनुष्याने जीवनात सद्गुरू करणे अत्यंत आवश्यक आहे. जशी जशी तुमची साधनेत प्रगती होईल तसतसे सद्गुरू स्वतःहूनच तुमच्याकडे येतील. तोपर्यंत अखंड मंत्रजप, नामस्मरण आणि ईश्वरभक्ती करणे अत्यंत गरजेचे आहे.

जीवनातील काही तत्त्वे

सुख-दुःख हे मनुष्याच्या जीवनात येणारे अनुभव असून ते आपल्या स्वतःच्या कर्मांचे फळ असते. सुख हे मनुष्याच्या पूर्वसंचित पुण्यकर्मामुळे मिळते, तर दुःख हे पापकर्मांमुळे भोगावे लागते. जेव्हा मनुष्य सुखात वावरतो, तेव्हा त्याला ईश्वराची आठवण राहत नाही. त्या वेळी त्याची पुण्याई खर्च होत असते.

आणि जेव्हा मनुष्य दुःखी असतो—त्याच्यावर संकटे, आपत्ती, आजारपण किंवा अन्य समस्या येतात—तेव्हा तो ईश्वराची प्रार्थना करतो. त्या काळात त्याचे पापकर्म आड येत असतात. जर प्रार्थना करूनही अपेक्षित फल मिळत नसेल, तर हे समजून घ्यावे की आपले कर्मभोग किंवा प्रारब्ध आडवे येत आहे.

जीवनात यश मिळत नसेल, तर देवाला दोष देत बसू नये. त्याऐवजी त्या दुःखातून बाहेर पडण्यासाठी ईश्वराकडे शक्ती व सहन शीलता मागावे. जास्त पैसा मिळाल्यावर मनुष्याने अहंकार धरू नये, कारण तोच अहंकार कधीतरी जीवनाचा नाश करतो.

कंजूसपणा करू नये; कारण कंजूसपणाचे फळ म्हणून मनुष्याला दारिद्र्ययोग भोगावा लागतो. परस्त्रीसोबत किंवा परपुरुषासोबत संबंध ठेवणे या गोष्टी मनुष्याची अधोगती करतात. सुरुवातीला त्या गोष्टी गोड वाटतात, पण नंतर त्याच गोष्टी मानहानी, वित्तहानी आणि आरोग्यहानीस कारणीभूत ठरतात.

शिक्षण आहे, पैसा आहे; परंतु शांती आणि समाधान नाही—अशा माणसांनी अधिकाधिक नामस्मरण करावे. कारण अशा व्यक्तींना परमार्थ व अध्यात्माची अत्यंत गरज असते. तीर्थयात्रा न होणे, ईश्वरभक्ती न होणे, ग्रंथवाचनाची बुद्धी न होणे, इच्छा असूनही वेळ न मिळणे—या सर्व गोष्टींसाठी मनुष्याचे पापकर्म आडवे येतात. सतत राग धरणे, द्वेष व मत्सर करणे टाळावे; कारण या गोष्टी मनुष्याच्या मानसिकतेची मोठी हानी करतात. द्वेष आणि मत्सर मनात धरल्यास मनुष्य मानसिकरीत्या खचून जातो.

मुलांना लहानपणापासून भगवद्गीतेचे ज्ञान द्यावे, त्यांना चांगले संस्कार द्यावेत आणि त्या संस्कारांमधून एक चांगला नागरिक घडवावा. आपल्याला जो मनुष्यदेह मिळाला आहे, त्याचा उपयोग आत्म्याच्या उद्धारासाठी करा. मोह-मायेत अडकून या देहाचा नाश करून आत्म्याची अधोगती करू नका. जीवन सुंदर आहे, जग सुंदर आहे—त्याचा आनंद घ्या; पण तो आनंद उपभोगताना आपल्या हातून पापकर्म होणार नाही, आपल्या आयुष्याचा नाश होणार नाही, याची नेहमी काळजी घ्या.

www.ingramcontent.com/pod-product-compliance
Lightning Source LLC
LaVergne TN
LVHW090328051026
849518LV00005B/1912
* 9 7 8 9 3 4 9 5 0 9 5 1 1 *